வாங்க பேசலாம் செல்லம்ஸ்❤

இளங்கோவன் கீதா

படி வெளியீடு
கே.கே.நகர் மேற்கு, சென்னை - 600 078.
(பாண்டிச்சேரி கெஸ்ட் ஹவுஸ் அருகில்)
Ph: 044-6515 7525 Mobile: +91 87545 07070

வாங்க பேசலாம் செல்லம்ஸ் ❤ (முகநூல் பதிவுகளும், அரட்டைகளும்)
ஆசிரியர்: இளங்கோவன் கீதா©
தொகுப்பு: ஷமீம் பானு இக்பால்
Vaanga Pesalam Chellams ❤ (Compilation of snippets from Facebook)
Author: Ilangovan Geetha©
Compiled by: Shameem Banu Iqbal

PADI VELIYEEDU (A Division of Discovery Book Palace)
First Edition : Mar - 2017
Pages: - 120 ISBN: 978-93-84302-27-6
Photo by S T Mutharasu, Daya Photography
Cover Design: Manikandan
Book Design: R.Prakash

Padi Veliyeedu,
6, Mahaveer Complex, Munusamy Salai,
K.K.Nagar West,Chennai-600 078.
Ph: +91 - 44-6515 7525
Mobile: +91 87545 07070

E-mail: discoverybookpalace@gmail.com,
Website: www.discoverybookpalace.com

Rs. 100

ஷமீம் பானு இக்பால்

புத்தகம் பிறந்த கதை

அது 2014 ம் வருடம் அக்டோபர்க்கு முந்தைய ரெண்டொரு மாதங்களில் ஒன்று. என் டைம்லைனில் ஒரு மனிதர் கருணையுடன் அந்த அழுக்கு படிந்த நாயை தடவி கொடுத்தபடி இருந்த போட்டோவும் ஒரு கட்டுரை யும் இருந்தது.

கட்டுரையின் தலைப்பே “ நானும் என் அழுக்கு பண்டாரமும்” தான்.

என்ன இது என்று வாசித்து முடிக்கையில் உள்ளம் நெகிழ்ந்தேன்.

அந்த நாயின் பெயர் ஜான்சி.அண்ணன் இளங்கோவன் பாலகிருஷ்ணன் தற்போது வசிக்கும் வீட்டிற்கு குடி வரும் முன்னர் அந்த வீட்டில் குடி இருந்தவர்கள் வளர்த்த நாய் அது.அவர்கள் ப்ளாட்டிற்கு சென்று விட அங்கு நாயை எடுத்து செல்ல முடியாத சூழ்நிலை. எனவே வளர்த்த நாயை புதிதாய் குடிவந்த அண்ணாவிடம் விட்டுவிட்டுப் போய்விட்டார்கள். அண்ணவுடன் ஜான்சியும் மெல்ல ஒட்டி கொண்டது. இருந்தாலும் அண்ணாவிற்கு புதிதாக குட்டியிலிருந்து ஒரு நாயை வளர்க்க வேண்டும் என ஆசை. ஆனால் தன்னை வளர்த்தவர்கள் விட்டு விட்டுப் போன வருத்தத்தில் இருந்த ஜான்ஸி இப்போதுதான் கொஞ்சம் சரியாகியிருக்கிறது. இந்த சமயம் புதியதாய் ஒரு நாய்க்குட்டி வாங்கினால் தன்னை கைவிட்டதாக ஜான்ஸி ஃபீல் பன்னுமே என்ற ஒரே காரணத்திற்காய் புதிதாக ஒரு நாய் இப்போதைக்கு வளர்க்க விருப்பம் இல்லை என தன் மன நிலையை பதிந்து இருந்தார்.

எனக்கு ஆச்சர்யம் இப்படி யும் மனிதர்களா என .அப்போது ஃபேஸ்புக்கில் என் நட்பில் இல்லை அவர்.என் நண்பர்கள் யாரோ லைக் செய்ததால் என் டைம்லைன் அந்த பதிவை எனக்கு

காட்டியிருந்தது. ஜான்சி பற்றி படித்து முடித்த கையோடு அவர் பக்கத்திற்கு சென்று வார கணக்கில் அவரின் பழைய பதிவுகள் அனைத்தும் படித்து முடித்தேன்.

படிக்க படிக்க இவர் ஒரு தாயுமானவர் என்பதைப் புரிந்து கொண்டேன். இவரது வாழ்வியல் பதிவுகள் அகத்திலும் முகத்திலும் மலர்ச்சியை தருபவை. பெண்ணுரிமை பதிவுகள் பெண்களை உடலாக மட்டும் பார்க்காமல் உயிருள்ள உயிர்ப்புள்ள மனதையும் சுய மரியாதை கொண்டவர்களாகவும் பார்க்க கற்று தருபவை. அதிலும் “பெண்களின் அனுமதியின்றி அவள் உடலை தீண்டும் உரிமை இந்த உலகில் எந்த ஆண்மகனுக்கும் இல்லை” என்பதை இவர் சொல்லி இருக்கும் விதம் யார் மனதிலும் ஆணி அடித்தாற் போல் போய் உட்கார்ந்து விடும். இது போல பல சொற்றொடர்களை சுருக்கமாக நறுக்கென தந்திருக்கிறார் வழி நெடுகிலும். இவரது சமூக நீதி பதிவுகள் இவருக்கு இச்சமூகத்தின் மீது சக மனிதர்கள் மீது இருக்கும் தீரா நேசத்தை உணர்த்துபவை.

சில நாட்கள் என்னுடைய கமெண்டுகள் மூலம் என் எண்ணங்களை இவரின் ஃபேஸ்புக் பக்கத்தில் நிதானித்து பார்த்த பிறகு என்னை நட்பில் இணைத்து கொண்டார். பின் அண்ணா என உரிமையாய் அழைக்க அனுமதி தந்த பிறகு மெல்ல மெல்ல அண்ணாவின் எழுத்துக்கள் புத்தகமாய் வர வேண்டும் என்று மெதுவாய் ஆனால் அழுத்தமாய் தோன்றிய என் விருப்பத்தை அவரிடம் தெரிவித்தேன். “நீங்கள் இன்னும் பார்க்க வேண்டியவை படிக்க வேண்டியவை ஏராளம் , அப்போது என் எழுத்து சாதாரணமானது என்று உணர்வீர்கள்” — என்று சொல்லி புத்தகம் போட விருப்பம் இல்லை என மறுத்து விட்டார். நானும் கர்ரெஸில் அப்போது படித்து கொண்டிருந்ததால் இது பற்றி இன்னும் தொடர்ச்சியாக அவரிடம் விவாதிக்காமல் விட்டு விட்டேன். நாட்கள் மாதங்களாகி வருடங்களும் ஆகி விட்டது. என் படிப்பின் இறுதி எக்ஸாமும் முடிந்தது. நிறைய நண்பர்கள் எனது நட்பு வட்டத்தில் சேர்ந்தார்கள். அண்ணன் சொன்னபடி பலருடைய பதிவுகளையும் வாசிக்கத்தொடங்கினேன். பிடித்தமானவையாய் இருந்தன. ஆனாலும் கூட எனக்கு அண்ணனின் பதிவுகள் புத்தகமாக வரவேண்டும் என்ற எண்ணம் வலுப்பெற்றதே ஒழிய குறையவில்லை.

எனவே மறுபடியும் புத்தமாக வர வேண்டும் உங்களின் எழுத்துக்கள் என அவரிடம் வலியுறுத்தினேன். இந்த முறை இன்னொரு அஸ்திரத்தையும் நான் பயன்படுத்தினேன்... “என்

மகன் ஃபாசிலை சில வருடங்களில் படிப்பிற்காக ஹாஸ்டலில் சேர்க்க வேண்டியிருக்கும். அச் சூழலில் உங்கள் எழுத்தை புத்தகமாக்கி அவனுக்கு அதை பரிசாகக் கொடுக்க விரும்புகிறேன். அப்பா— அம்மா பக்கத்தில் இல்லாத அந்தத் தருணத்தில் வாழ்வியல் சவால்களை எதிர்கொள்ளும் பக்குவத்தை உங்கள் எழுத்து அவனுக்குக் கொடுக்கும் என நம்புகிறேன்." — என்று சொன்னேன். அவர் எந்த பதிலும் அதற்கு அளிக்கவில்லை. ஆனால் அவரிடம் மாற்றம் இருந்ததை என்னால் உணர முடிந்தது. ரெண்டொரு நாளில் அவர் பக்கத்தில் இளங்கோ அண்ணாவின் பக்கத்தை தொடர்ந்து வாசிப்பவர்கள் என்னை போலவே அவரின் எழுத்துக்கள் புத்தகமாக வர வேண்டும் என்ற விருப்பத்தை தெரிவித்தனர். அதில் ஒருவர் அண்ணனின் எழுத்தை நோட்டீஸ் போல அச்சிட்டு அவர் பொதுச்சேவை செய்யும் இளைஞர்கள் மத்தியில் பிரசுரங்களாய் கொடுக்க விரும்புவதாக தெரிவித்தார்.

இந்த முறை அண்ணனிடம் நான் வேறு மாதிரியாக பேசினேன். "நீங்கள் புத்தகம் போடா விட்டால் என்ன உங்களின் பதிவுகள் ஃபேஸ்புக்கில் தானே இருக்கிறது. நானே எல்லாவற்றையும் தொகுத்து சேமித்து வைத்து கொள்கிறேன்" என்று சொல்லி விட்டேன். அப்பவும் அந்த பக்கம் எந்த அசைவும் இல்லை. சொன்னதோடு நிற்காமல் அண்ணாவின் பதிவுகளை சேமிக்க ஆரம்பித்தேன். சொற்றொடர்களை இளங்கோ கோட்ஸ் என்ற தலைப்பில் நச் வரிகளை தனியே தொகுக்க ஆரம்பித்தேன். இன்பாக்ஸில் தொடர்ச்சியாக அவற்றை அனுப்பிக் கொண்டிருந்தேன்.

என் கடின உழைப்பைப் பார்த்த பின்னரே அண்ணனின் மனம் கொஞ்சம் இளக தொடங்கியது." சரீ நீங்கள் முடிவெடுத்து விட்டீர்கள். புத்தகம் போடுவதற்கான வேலையில் உங்களுக்கு உதவி செய்யலாம் என நானும் முடிவெடுத்து விட்டேன்." என்றார்.

மிக்க மகிழ்வான தருணம் அது. நானடைந்த மகிழ்ச்சிக்கு அளவே இல்லை. உங்கள் எழுத்துக்களை ஃபேஸ்புக்கில் வாசித்து எத்தனையோ ஆண்களும் பெண்களும் மனித நேயமுள்ள— எதையும் பகுத்துணர கூடிய மனிதர்களாக மாறுவதை வருடக்கணக்கில் கூட இருந்து கவனித்தவள் நான். கிட்டத்தட்ட ரெண்டரை வருடங்களாய். அதில் எத்தனையோ நண்பர்கள் அண்ணாவை டேக் செய்து தங்கள் வாழ்வில் அண்ணாவின் எழுத்துக்களால் அடைந்த நன்மையை எடுத்து சொல்லி நன்றி உரைத்திருந்தார்கள்.

ஒரு பூ மலர்வது எத்தனை இயல்பாய் யாரும் அறியா வண்ணம் நடந்து முடிந்து விடுமோ அது போல இவரின் எழுத்துக்களை தொடர்ந்து வாசிப்பவர்கள் அக மலர்ச்சி காண்பார்கள் என்பது திண்ணம்.

கொஞ்சம் கொஞ்சமாய் டைம் லைனில் 2013 வரை சென்று அண்ணனின் பதிவுகளை தொகுத்து முடித்தேன். கடின வேலைப்பளுக்கிடையே, இடையிடையே உடல் நலக்குறைபாடு உள்ளிட்ட சவால்களுக்கிடையில் புத்தகம் வெளிவருவதன் மீதான அளவில்லாத ஆர்வம்தான் என்னைத் தொடர்ச்சியாக இயங்க வைத்தது என்று சொல்லலாம்.

இவரின் வழிகாட்டுதலோடு. இவரின் எழுத்துக்களுடன் வசித்த அந்த நாட்கள் மறக்க முடியாத கணங்கள். என் இணையரும், நண்பருமான இக்பால் என்னுடைய இந்த புத்தக தொகுப்பிற்கு முழு ஆதரவு தந்து பக்கபலமாய் இருந்தார். அண்ணனின் பதிவுகள் புத்தகமாய் வரவேண்டும் என்ற என் ஆர்வத்தை மிகச் சரியான கோணத்தில் புரிந்து கொண்ட உயர்ந்த உள்ளம் கொண்டவர் அவர். இக்பாலுக்கு என் மனம் கனிந்த நன்றிகள்.

புத்தகத்திற்கு தேவையான பதிவுகளை திரட்டிய பின் என்ன தலைப்பு வைப்பது என ஒரு பல தலைப்புகளை நானும் அண்ணாவும் இணைந்தே சிந்தித்தோம். தலைப்பு எங்கெங்கோ சென்றது.ஒன்றும் பிடிபடவில்லை. அப்போது தான் அண்ணா தன் நண்பர்களை வாஞ்சையுடன் செல்லம்ஸ் என அழைப்பது நினைவிற்கு வந்தது. அதையே புத்தகத்தின் தலைப்பாய் வைப்போமா என்று சொன்னேன்.கேட்டவுடன் தனக்கு மிகவும் பிடித்த வார்த்தை இது சரியா வரும் என நினைக்கிறேன் என்றார். இப்படியாக புத்தகத்தின் தலைப்பு " வாங்க பேசலாம் செல்லம்ஸ் " என்று முடிவாகியது. இதுதான் இந்த புத்தகம் பிறந்த கதை.

இதன் கரு பற்றியும் கொஞ்சம் பேச வேண்டும். சாதீய ஏற்றத்தாழ்வுகளை இவர் வீறு கொண்டு விமர்சிக்கும் போது அதை மனதில் சுமப்பவர்கள் நிச்சயம் குற்றயுணர்ச்சிக்கு ஆளாவார்கள். சாதி என்னும் பெரிய சிறை விட்டு பொது வெளியில் மனிதர்கள் புழங்கவும் வாழவும் இவரின் எழுத்துக்கள் வழி காட்டுகிறது.

இறைக் கொள்கையைப் பொறுத்தவரை அண்ணன் தன்னை ஒரு அக்னாஸ்டிக்காக (Agnostic) அடையாளம் காட்டுகிறார். கடவுள் இல்லை என்று அவர் சொல்வதில்லை ஆனால் மதங்கள் சொல்லும் வடிவத்தில்— தன்மையில் இல்லை என்பதே இவரின் ஆணித்தரமான நம்பிக்கை. அவரைப் பொறுத்தவரை மதம்

என்பதே குற்றச்செயல். ஆனால் என்னைப் பொறுத்தவரை மதம் என்பது மனிதனை நெறிப்படுத்த. இப்படி எங்களுக்குள் சில பல முரண்பாடுகள் இருந்தாலும் இவரின் எழுத்துக்கள் வாசிக்கப்பட — யோசிக்கப்பட வேண்டியவை என்பதில் மாற்றுக் கருத்தில்லை.

கணவன் மனைவியாக வாழ்வதற்கும் இணையராக வாழ்வதற்கும் உள்ள இடைவெளிகளை இவரின் பதிவுகள் கொண்டு தெளிந்தேன். நம்பினால் நம்புங்கள், என் இணையர் இக்பால் அண்ணாவின் பக்கத்தை வாசிக்க ஆரம்பித்த பிறகு தான் நான் இனிமையான துணையாக மாறி இருப்பதாக சொல்லுவார். மற்ற அனைத்தும் விட வாழ்க்கை என்பதே கொண்டாட்டம் தான், வாழ்வில், மகிழ்வுடன் நாம் சமூக அறம் பற்றி பேச உழைக்க முடியும், கருத்துக்களை விமர்சிப்பதும் தனி நபர்களை விமர்சிப்பதும் வேறு வேறு என பல்வேறு விசயங்களை எனக்கு புரியவைத்தவர். ஒரு நபர் கொண்டிருக்கும் கருத்தை கடுமையாய் அறச்சீற்றத்துடன் விமர்சிக்கும் அதே வேளையில் அதே நபர் மீது மாறா நேசம் கொண்டிருக்க முடியும் என்பதை எனக்கு உணர்த்தியவர். ஆம் அவரின் அறச்சீற்றத்திற்கு சில பொழுதுகளில் நானும் கூட ஆளாகி த்தான் இருக்கிறேன். எனவே நிச்சயம் இந்த புத்தகம் பலரின் வாழ்வில் எண்ணங்களில் மிகச்சிறிய மாற்றத்தை யாவது கொண்டு வரும் என நம்புகிறேன். அண்ணாவின் விலங்குகள் மீதான கருணை என்னை பெருமளவில் ஈர்த்ததால் அவரும் சில பல காட்டு, வீட்டு விலங்குகளும் இணைந்து தங்கள் நேசத்தை பரிமாறி கொண்ட படங்களை ஆங்காங்கே சேர்த்து இருக்கிறேன்

எளிமையும் ஆழ்ந்த பொருளும் கொண்டது இவரின் எழுத்துக்கள். வாசிப்பவர்கள் இதை உணர்ந்து கொள்வார்கள்.

இந்த புத்தகத்தை கையில் எடுத்த அனைத்து நண்பர்களுக்கும் என் கனிவான வாழ்த்துக்கள். நன்றிகள்.

புது வெளிச்சம் பாயட்டும் பரவட்டும்.

கீதா இளங்கோவன்

காதல் எழுத்து

அது திருப்பூரில் உள்ள பழனியம்மாள் நகராட்சி பெண்கள் மேல்நிலைப் பள்ளியின் ப்ளஸ்—டூ வகுப்பறை. என் கையில் ஜூனியர் விகடன் இதழ். அட்டைப்பட கட்டுரையாக பெண்களை 'பூப்பெய்ய' வைப்பதாக சொல்லும் ஒரு மோசடிக்காரனின் முகத்திரையை கிழித்த மாணவ நிருபர் பி.இளங்கோவனின் கட்டுரை. அதைப் பற்றி தோழிகளுடன் காரசாரமாக விவாதித்துக் கொண்டிருந்தேன். துணிச்சலான புலனாய்வு, அருமையான எழுத்து, பெண்கள் மீதான கரிசனம் என்று சிலாகித்துக் கொண்டிருந்தேன். அதை எழுதியவர்தான் எதிர்காலத்தில் என் காதல் இணையராகப் போகிறார் என்று அறியாமலே. ஆம், தோழர் இளங்கோவன் அறிமுகமாகும் முன்பே அவரது எழுத்து எனக்கு பரிச்சயமாகிவிட்டது. இணையராக தொடரும் நீண்ட காதல் வாழ்க்கையில், இன்றும் உடன் பயணிக்கிறது.

கல்லூரியில் அவர் எனக்கு சீனியராக அறிமுகமாகி, பிறகு நண்பர்களாக தொடர்ந்த காலகட்டத்தில் நேரில் பேசிக் கொண்டதை விட, கடிதங்களில்தான் நிறைய உரையாடினோம். அது மொபைல் போன், இண்டர்நெட் இல்லாத 90களின் காலகட்டம் என்பதால் எழுத்தும், அதன் தாக்கமும் வாழ்வில் மிக அதிகம். நான் கோவையிலும் அவர் மதுரை, கொச்சியில் இருந்த சமயத்திலும், அவர் கோவையில் பணியாற்றியபோது நான் கொச்சியில் இருந்த போதும் எங்கள் இருவரையும் இணைத்துப் போட்டிருந்த சுமார் ஆயிரம் கடிதங்கள் வாழ்வின் இனியதொரு காலகட்டத்தை நினைவுபடுத்தியபடி பரணில் உறங்கிக்கொண்டிருக்கின்றன. காதலுக்குச் சமமாய்

இருவரின் சுயவளர்ச்சிக்கான விசயங்களையும், சமூகம் சார்ந்த கருத்துக்களையும் ஏராளமாய் அக்கடிதங்களில் பகிர்ந்து கொள்வோம். பெண்ணுரிமை, சமூக நீதி, வாழ்வியல் கூறுகளில் அந்த ஆரம்ப காலகட்டத்தில் எனக்கு தெளிவைத் தந்தது தோழரின் கடிதங்கள்தான். இருவரும் நேசிக்க ஆரம்பித்த பின்னும் இது தொடர்ந்தது. தோழரின் எழுத்து நேரில் என்னுடன் உரையாடுவது போன்றே இருக்கும். நெருக்கமாக உணரச்செய்யும். காதல், பிரியம், குதூகலம், கோபம், கேலி, சமூகத்தின்பால் காட்டும் அக்கறை அனைத்தும் ததும்பி வழியும் வசீகர எழுத்து தோழருடையது.

இணையராக வாழ்வைத் தொடங்கும் முன், நான் தனித்திருந்த சவாலான காலகட்டம் ஒன்று உண்டு. அச்சமயம், தோழர் பரோடாவில் ரயில்வே அதிகாரிகள் கல்லூரியில் பயிற்சிக்கு செல்ல வேண்டியிருந்தது. தனிமையில் நான் சோர்ந்து போய்விடக்கூடாது என்று தினமும் ஒரு கடிதம் எழுதுவதை வழக்கமாக்கிக் கொண்டார். நீ பதில் எழுதவேண்டாம். ஆனால் தினம் நான் ஒரு கடிதம் எழுதுவேன் என்று சொன்னபடி போஸ்ட் மேன் தினமும் வந்து எனக்குத் தரும் அந்த இன்லேண்ட் லெட்டர் எனக்கு ரொம்பவே ஸ்பெஷல் ! இளங்கோவன் தோழர் தினமும் கடிதம் எழுதுவதைப் பார்த்து சக பயிற்சி அலுவலரான தோழி சூரியலட்சுமி `காதல் கடிதம் தீட்டவே மேகம் எல்லாம் காகிதம்.. வானின் நீலம் கொண்டு வா, பேனா மையும் தீர்ந்திடும்..' என்று பாடி கிண்டலடிப்பாராம்.

இணையராக நாங்கள் இணைந்த பிறகு வந்த முகநூல், தோழரின் எழுத்துக்கு நல்லதொரு களம் அமைத்துக் கொடுத்துள்ளது. அவரவருக்கான தளம், நட்பு வட்டம் தனித்துவத்துடன் அமையவேண்டும் என்பதால் இளங்கோவன் தோழரின் முகநூல் பக்கத்தில் நானோ என் பக்கத்தில் அவரோ பெரும்பாலும் எழுதுவதில்லை. ஆனால் வாசிப்போம். இளங்கோவன் தோழரின் முகநூல் பதிவுகளின் பெரிய ரசிகை நான் ! என்னதான் தினமும் பல்வேறு விசயங்களை நாங்கள் விரிவாக உரையாடினாலும், முகநூல் பதிவாக அவரின் கருத்துக்களையும், நண்பர்களின் பின்னூட்டங்கள் அவற்றுக்கான தோழரின் விளக்கங்களையும் ஒரு சேர வாசிக்கும் அனுபவம் தனிதான்.

ஒரு பதிவு எழுதுவதற்கு அவர் எடுத்துக் கொள்ளும் அக்கறை வியக்க வைப்பதாய் இருக்கும். முகநூல்தானே என்று அலட்சியமாக எண்ணாமல், தேவைப்பட்டால் தரவுகளை தேடிச் சேர்ப்பது, வரலாற்று செய்திகளைச் சரிபார்ப்பது என்று உழைப்பார். ஒரு

முறை நடுராத்திரியில் எழுதிக் கொண்டிருக்கும் போது, திடீரென தாந்தியா தோப்பே எந்த சமஸ்தானத்தை சேர்ந்தவர் என்று கேட்டார். எனக்கு நினைவுக்கு வரவில்லை. உடனே சிவில் சர்வீஸ் தேர்வுக்கு நடு இரவாகியும் படித்துக் கொண்டிருக்கும் மருமகன் மதுபாலனிடம் போன் செய்து கேட்க, அவரும் மாமாவுக்கு தப்பாத மருமகனாக பதில் சொன்னார். நடுராத்திரியில் இருவரும் போனில் "முதல் இந்திய சுதந்திரப் போரை", கிழிகிழியென கிழித்துக் கொண்டிருந்தது வேடிக்கை அனுபவம்.

பெண்ணுரிமை, சமூகநீதி, மதம், சாதியம், அரசியல், வாழ்வியல் கோட்பாடுகள் என்று தனது எண்ணங்களை தெளிவாகவும், ஆணித்தரமாகவும் எடுத்துரைப்பது, யாருக்காகவும் சமரசம் செய்து கொள்ளாமல் தனக்கு சரியென்று படுவதைத் தெரிவிப்பது, எள்ளல் தொனி, தனிமனிதர்கள் மீது பகைமை பாராட்டாமல் சமுதாய சிக்கல்களில் மட்டுமே கவனம் செலுத்துவது, அனைத்து நட்புகளுடனும் அன்பு, நகைச்சுவையுணர்வு என்று தோழர் எழுத்தின் மீது ஈர்ப்பு கூடிக்கொண்டே போகிறது.

நேரில் பார்த்து பழகியிராத, எங்கோ வெளிநாட்டில் வசிக்கும் தோழர் ஷமீம் பானு, இளங்கோவன் தோழரின் முகநூல் பதிவுகளை வாசித்து, அவரது எழுத்தால், கருத்துக்களால் கவரப்பட்டு அவரின் முகநூல் பதிவுகள் நூலாக வெளிவர வேண்டும் என்று முனைப்புடன் தொகுத்திருக்கிறார். ஷமீமின் உழைப்பும், அன்பும் நெகிழச் செய்கிறது. சமூக நீதி, சமத்துவம், ஆரோக்கியமான வாழ்வியல் கருத்துகள் இந்நூல் வாயிலாக பலரையும் சென்றடைவதில் மிக்க மகிழ்ச்சி. தோழர் ஷமீமுக்கு அன்பும் நன்றியும் !

வாழ்தல் இனிது ! நிறைய அன்பு எந்தன் தோழா !

நேசமுடன்

கீதா இளங்கோவன்

புத்தகவெளியீடு என்றால் அதற்கான முன்னுரையை ஏதேனும் பிரபலங்கள் எழுதி அதனை வாசிப்பவர்களுக்கு அறிமுகப்படுத்துவது வழமை. அந்த வழமையை மீறி பிரபலங்களாய் இல்லாமல் அன்றாட வாழ்வில் தினமும் எதிர்கொள்ளும் சாதாரணமானவர்கள் இந்தப் புத்தகத்துக்கு முன்னுரை எழுதியிருக்கிறார்கள்.

பல்வேறு இடங்களில், பல்வேறு துறைகளில், பல்வேறு சமூக, மத, ஜாதிப் பின்புலங்களைக் கொண்டிருக்கும் இவர்கள், நூலாசிரியரின் முகநூல் பதிவுகளை தொடர்ச்சியாக சில பல ஆண்டுகள் வாசித்துவருபவர்கள் — அந்த எழுத்து ஏதேனும் ஒரு விதத்தில் தம்மீது தாக்கத்தை ஏற்படுத்தியிருப்பதாக நம்புகிறார்கள் என்பதே, இவர்கள் இங்கு தங்கள் கருத்துக்களைப் பதிவு செய்திருப்பதின் மையப் புள்ளியாகும்.

1. பாலாஜி பாலா

முகஸ்துதியை சிறிதும் விரும்பாத மனிதரின் படைப்புக்கு முன்னுரை எழுதுவதென்பது சவாலான விஷயம் தான். இருப்பினும் நண்பர் இளங்கோவன் என்னும் நபரைப் பற்றிப் பேசாமல் அவர்களின் எழுத்துக்கள் என்னுள் ஏற்படுத்திய தாக்கத்தை, அது எனக்குள் ஏற்படுத்திய மாற்றத்தை இங்கு கூறியே ஆகவேண்டும்.

பெண்களை நான் மதித்ததே இல்லையென்று சொல்லுமளவிற்கு இருந்தவன். இவரது எழுத்துக்கள் தான், இன்று, பெண்களை என்னைவிட உயர்வாய் மதிப்பவர் யாருமில்லை என்று எண்ணுமளவுக்கு என்னை மாற்றியுள்ளது என்றால் அது மிகையாகாது. ஆணாதிக்க, சாதி மத ஏற்றத்தாழ்வு என்று இந்த துரோணரிடம் பாடம் பயின்ற ஏகலைவன் நான் என்பதை மகிழ்வோடு குறிப்பிட விரும்புகிறேன்.

இவரது எழுத்துக்கள் என்னுள் ஏற்படுத்திய தாக்கத்தை விவரித்துக்கொண்டே போனால், இந்த புத்தகத்தில் எனது ஆக்கிரமிப்பே நிறைந்திருக்கும். எனவே இரத்தின சுருக்கமாக சொல்லவேண்டுமென்றால் "இவரது கண்களை கொண்டு இவ்வுலகை பார்த்த போது, அது அவ்வளவு அழகாக இருந்தது". வாருங்கள் இவருடைய கண்களை கடனாய் பெற்று இந்த பயணத்தை அனுபவிப்போம்.

2. மீனா சோமு

தோழர் இளங்கோவன்தான் முகநூலில் என் முதல் நண்பர். இளங்கோவன் அவர்களின் பதிவுகளில் நடக்கும் விவாதத்தில் பங்கு பெற ஆரம்பித்தேன். எதிர் நிலை கோட்பாடுகளுடையவர்களோடு மிக ஆரோக்கியமாக நிதானமாக விவாதிக்கும் அவரது திறன் என்னை ஆச்சர்யப்படவைக்கும். அவரது நட்பு வட்டத்தில் இருப்பவர்களுக்கு சமூகநீதியை அவர்கள் அறியாமலேயே சிந்தனையில் விதைக்கும் வித்தையை கற்றவர். "செல்லம்" என தன் தோழமைகளை வாஞ்சையோடு கூப்பிடுவதும் அதே சமயத்தில் மிக நேர்மையான ஆவேசத்துடன் அவர்களுடன் சமூக நீதி, சமநீதி, ஆணாதிக்க சமூகத்தின் முகத்திரை மற்றும் மதத்தின் பித்தலாட்டத்தை வெளிக்கொண்டு வருவது என சமரசமின்றி விவாதித்து பொது சிந்தனையில் மாற்றம் கொண்டு வருபவர்.

நேசமும் உணவும் உடற்பயிற்சியும் வாழ்க்கையின் ஆதாரம் என்ற அழகான வாழ்வியல் உண்மையை நாள்தோறும் தன் முகநூல் தோழமைகளோடு சேர்ந்து பதிவாக இட்டு ஊக்குவிப்பவர். மனிதநேயத்தின் பிரதிபலிப்பாக இருக்கும் இவரது எழுத்துக்கள் நூலாக வெளிவருவது தோழமை உலகத்தை இன்னும் விரிவாக்கும் அடுத்தகட்ட முயற்சியாகவே கருதுகிறேன். இந்நூல் மதத்தால், ஜாதிய அமைப்பால் மனிதத்தை தொலைத்த மக்களிடம் சமூக மற்றும் அரசியல் விழிப்புணர்வை ஏற்படுத்தும் என்பதில் சந்தேகமில்லை. அன்பான வாழ்த்துக்கள்.

●

3. சரவணன் பாலசுப்பிரமணியன்

ஒருவரின் எழுத்து என்ன தாக்கம் ஏற்படுத்தி விட முடியும்ன்னு, மூணு வருஷம் முன்னாடி யாராச்சும் கேட்டுருந்தா... `என்ன பண்ணும்? படிச்சு முடிச்ச அடுத்த நாள் மறந்துரும்'ன்னோ இல்ல `அடப்போடா, அவனுக்கு வேற வேலை இல்லை, நாம என்ன அப்படியா..'—ன்னும் சொல்லிருப்பேன். நேரிலேயே பார்த்திராத அண்ணனின் எழுத்து, சாதரணனான எனக்கு ஏற்படுத்திய மாற்றங்கள் பல.

28 வயது, 85 கிலோல குட்டையா உருண்டையா, ஜீன்ஸ் அளவு 34 இறுகி, 36க்கு தாவத் தயாரா இருந்த நேரம். கல்லூரி காலத்திலேயே கை எலும்புடன் ஒட்டிவிடப்பட்ட இரும்பினால், உடற்பயிற்சியை தூக்கி போட்டதால் வந்த விளைவு. அவ்ளோதான், 28 வயசு ஆகிடுச்சு, உடம்பை கட்டுப்பாட்டில் வைத்திருக்க இனி என்னால் ஆகக் கூடியது ஒன்றும் இல்லை என்பதை உறுதியாய் நம்பிக் கொண்டிருந்த நேரம்.

"உடம்பு மட்டுமே உன்னுடைய உண்மையான சொத்து, நீ உடம்பை பத்திரமா பாத்துக்கிட்டா உடம்பு உன்னை பாத்துக்கும்" என்பது போன்ற உடல் உறுதிக்கான வாசகங்கள், கட்டுமஸ்தான உடல்களையுடைய மாற்று திறனாளிகளின் படங்கள், வயதானவர்களின் சமரசம் இல்லா உடற்பயிற்சி வீடியோக்கள் ஆகியவற்றை அவரது முகநூல் சுவரில் தொடர்ந்து பார்ப்பேன். அட ஒரு முறை போய் பார்ப்போமேன்னு ஜிம்முக்கு மறுபடியும் போனேன். ரெண்டு மணி நேர உடற்பயிற்சி மட்டுமே உடலை உறுதி ஆக்காது. மிச்சம் இருக்கும் 22 மணி நேரத்தில் நீ தட்டில் போடும் உணவும் முடிவு செய்கிறது என மெனு டேபிளில் அமர, ஆறே மாதத்தில் 65 கிலோ, இப்பொழுது வரை.

●

4. எம் கே எம். இக்பால்

என் இணையும் தோழியுமான ஷமீம் தினந்தோறும் அண்ணன் இளங்கோவன் பாலகிருஷ்ணனின் ஃபேஸ்புக் பதிவுகள் குறித்து என்னிடம் விவாதிப்பார். எனக்கு அண்ணாவின் பக்கத்தை படிக்க வேண்டும் என்ற ஆவல் கூடியது. நானும் அவருக்கு நட்பழைப்பு அனுப்பினேன். நட்பில் இணைத்து கொண்டார். வாழ்வை அவர் பார்க்கும் கோணமே அலாதியானது. ஷமீம் எனக்கு மிக இனிய இணையாக மாறுவதற்கு காரணம் அண்ணாவின் எழுத்துக்கள்தான். பண்பட்ட எழுத்து எங்கள் இருவரையும் ஒரே நேர்கோட்டில் இணைத்தது. பெண் உரிமை சம்பந்தமாய் இவர் எழுதும் ஒவ்வொரு எழுத்தும் பொன்! சாதி கொடுமைகளை இவர் எழுத்தில் கண்ட போது இன்னுமா இப்படி நடக்கிறது என அதிர்ச்சியாய் இருந்தது. மொத்தத்தில் இவர் எழுத்து சமூக கொடுமைகளை கண்டு அதற்காக அறச்சீற்றம்

கொள்ள வேண்டும் என உணர்த்தியது. மட்டுமல்லாமல் எங்கள் சொந்த வாழ்வையும் வசந்தமாக்கியது.

5. கீதா வேலு

இவரிடமிருந்து முதலில் நான் கற்றுக்கொண்ட விஷயம் 'நிறைய அன்பு'..

எழுத்துக்களால் கூட சக மனிதரிடம் இப்படி அன்பைக் கடத்த முடியுமா என வியந்திருக்கிறேன்.

'நீ யாரா வேணா இரு.. ஆனா நல்லாயிரு' என மனமுவந்து வாழ்த்தும் பண்பை என்னுள்ளே விதைத்தது... அவருடைய எழுத்தின் தாக்கமன்றி வேறு ஏது ?!

எத்தனையோ எழுத்துக்களை வாசித்துக் கடந்திருந்தாலும் தெளிவான, நேர்மையான, நகைச்சுவை உணர்வோடு கூடிய இவர் எழுத்திடம் மிகுந்த ஒரு ஈர்ப்புண்டு.

சகதோழனாய் உடனிருந்தே பயணிப்பது போன்ற உணர்வை இவர் எழுத்தின் மூலம் என்னுள்ளே விதைக்கிறார். என்னுள்ளே நிகழ்ந்த தன்னம்பிக்கையின் வர்ணஜாலங்கள் ஏராளம்.

கொல்லன் பட்டறையில் ஒரு ஈயாக உணர்ந்து கொண்டிருந்த என்னை எல்லோருடனும் இசைந்து நட்புப் பாராட்டி மகிழ்ந்து இணைந்திருக்கும் அளவு மெருகேற்றியது இவரின் பல பதிவுகளின் வாசிப்புதான் !!

சமூக நலனுடன், கருத்தில் மாறாத நேர்மையுடன், தேவை ஏற்பட்டால் நகைச்சுவையுடன் 'பளார்' பஞ்சுடன் கூடிய இவரின் எழுத்து.. எழுத்துலகில் சாதிக்க நினைப்பவர்களை சீரிய நெறியுடன் வழிநடத்தி செல்லும் என்பதில் கடுகளவும் ஐயமில்லை!!

நெஞ்சார்ந்த வாழ்த்துக்கள் சார் !!!

6. கேதரின் வள்ளுவன்

தனி நபர்கள் குறித்த விமர்சனங்களைத் தவிர்த்து எல்லோருக்குமான பிரச்சினைகளில் மட்டுமே குவியப்படுத்தி எழுதுவது தோழர் இளங்கோவன் பாலகிருஷ்ணன் பாணியாக இருக்கின்றது. மதம், ஜாதி போன்ற மனித குலத்துக்கு முற்றிலும் கேடு செய்கின்ற விசயமாக

இருக்கும் விடயத்திலும் படிப்பவர்களுக்கு தெளிவை ஏற்படுத்தும் வகையில் வாதத்தை முன் வைக்கிறார்.

அவர் தொடர்ந்து எழுதி வருவதைப் போன்றே தனது இணையர் கீதாவை அனைத்திலும் சமமாக நடத்தும் பாங்கு எங்களைப் போன்றோருக்கு வாழ்வில் மேலும் இனிமையாக பயணிக்க உந்துதலாக இருக்கின்றது.

மெனு டேபிளை எப்போதாவது மட்டுமே எட்டிப் பார்க்கும் என்னை மிகவும் கவர்ந்தது அவர்கள் வீட்டு மெனுவில் தவறாமல் இடம்பெறும் நெல்லிக்காய். விளைவு.. எங்கள் வீட்டிலும் நாளும் நெல்லிக்காயை ஜூஸ் செய்து அருந்தத் தவறுவதில்லை.

7. அரசு கண்ணன்

சிறு வயதிலிருந்தே எனக்கு உடற்பயிற்சியில் ஆர்வமிருந்தாலும் அதற்கான முயற்சிகளை மேற்கொள்ளாமலே இருந்து வந்த எனக்கு அதைத் தொடங்க பெரும் உந்துதலாக இருந்தது பங்க்ஸ் இளங்கோவனின் உடல் நலம் பேணுதல் குறித்து தொடர்ச்சியாக எனக்கு வழங்கி வந்த அறிவுறுத்தல்களே. கடந்த மூன்று வருடங்களாக உடற்பயிற்சியினை மேற்கொண்டு வருகிறேன். அதனால் உண்டான உடல் உறுதியின் காரணமாக கூடிய கூடுதல் உற்சாகம் தற்பொழுது மனதையும் தொடர்ந்து உற்சாகமாக வைத்திருக்க உதவி வருகிறதென்பதில் பெரும் மகிழ்ச்சி.

●

8. டி.எஸ்.கௌதமன்

அவரது எழுத்துகளில், பெரியாரியக் கருத்துகளால் வெகுவாகக் கவரப்பட்டவன் நான். சமூகத்தின் பொதுப்புத்திக்கு நேரெதிராகக் கருதப்படும் பெரும்பாலான பெரியாரியக் கருத்துக்களையும் அழுத்தமாகவும், அனைவருக்கும் அதிலிருக்கும் நியாயம் புரியும்படியாகவும் எழுத வல்லவர். பார்ப்பனர்களைச் சாடும் பெரியாரின் கருத்துகளையும் பார்ப்பன நண்பர்கள் என்ன நினைப்பார்களோ என்றெல்லாம் எந்த சமரச சிந்தனையுமின்றி எழுதுவதை

ஆச்சர்யத்தோடு பார்த்திருக்கிறேன். எழுதுவதோடு நிறுத்தாமல் தொடர் விவாதத்திலும் தனது கருத்துக்களை மிகத் தெளிவாக எடுத்து வைப்பார். இப்படியானவர்களின் எழுத்துக்கள்தான் இச்சமூகத்திற்கு மிகவும் அவசியம் என்ற வகையில், இந்த தொகுப்பை மிகுந்த எதிர்பார்ப்போடு வரவேற்கிறேன். இன்னும் தொடர்ச்சியாக நிறைய நூல்கள் வெளிவர வேண்டும். வாழ்த்துகள்.

●

9. சதீஷ் எம் ஆர்

குழந்தைகளுக்கும் மாணவர்களுக்கு பாலியல் கல்வி, பாலியல் சமத்துவம் போன்ற காரணிகளை பற்றி விழிப்புணர்வு ஏற்படுத்தவேண்டும் என்றால் நமக்கு அதில் தெளிவான பார்வை அவசியம், அப்படி நான் எனது தேடலில் இருந்தபோது எனக்கு பாலியல் கல்வி, பாலியல் சமத்துவம் பற்றி விழிப்புணர்வு ஏற்படுத்தி அதிகம் ஊக்கம் அளித்தது இளங்கோவன் அண்ணனின் எழுத்துகள். அடுத்தவர்கள் பார்வையை பற்றிய பயம், கூச்சம், மனத்தடைகள், சாதி, மத கொடுமைகள், மூடநம்பிக்கை போன்ற பல விடயங்களில் இவரின் எழுத்துகள் தொடர்ந்து எனக்கு விழிப்புணர்வு ஏற்படுத்தியது. வாழ்கையில் பாதுகாப்பு என்று நாம் நினைப்பது அனைத்தும் பாதுகாப்பின்மையே என்ற தலைப்பில் அவர் எழுதிய எழுத்துக்களும், கருத்துகளும் எனது நினைவுகளில் அழியாத வார்த்தைகளாக நிற்கின்றன.

●

10. பார்த்தி குமார்

முகப்புத்தகத்தில் இளங்கோ மாம்ஸின் பதிவுகள் என்னை ஆன்மிக வழிபாடு மற்றும் மூட பழக்க வழக்கத்தில் இருந்து விடுவிக்கச் செய்தது. தெளிவைத் தந்தது.

நான் ஐந்து முறை சபரிமலை சென்று இருக்கிறேன் ஒவ்வொரு முறையும் செல்லும் பொழுதும் என்னடா இப்படி இருக்குறாங்களே என்று வருந்துவேன். எது எடுத்தாலும் காசு, தள்ளுமுள்ளுகள்.. கடவுள் பெயர் சொல்லிக்கொண்டு திருட்டு, அடிமைப்படுத்துதல், சுற்றுப்புற சீர்கேடுகள், சுரண்டல்களையே கண்டேன். மேலும்,

மகரஜோதி என்ற பெயரில் மாபெரும் மோசடியை நேரில் காண நேர்ந்தது. இவர்களே தீபம் ஏற்றி மக்களை எப்படி ஏமாற்றுகிறார்கள்! கேட்டால் மகர நட்சத்திரம் தான் நாம் பார்க்கவேண்டும், அதை வணங்கவேண்டும் என்ற சமாதானம் வேறு.

ஆனாலும் காலம் காலமாய் நமது மூளையைக் கடவுள் பெயரைச் சொல்லி சலவை செய்து வைத்திருந்ததால் அதிலிருந்து விடுபட முடியவில்லை. இளங்கோ மாம்ஸ் பதிவுகளைத் தொடர்ச்சியாகப் படிக்கும்போது கடவுள் என்பவர் மதங்கள் காட்டும் வடிவத்திலோ தன்மையிலோ இல்லை — கடவுள் என்பவருக்கு வழிபாடு ஒருபோதும் அவசியப்படுவதில்லை என்பது போன்ற உண்மைகளை உணரமுடிந்தது.

இது போன்ற கருத்துக்களைச் சொல்லும்போது தெளிவாகவும், விளக்கமாகவும் சொல்லியிருப்பாரே ஒழிய ஒருபோதும் தனது கருத்தை அடுத்தவர் மீது திணிக்கமாட்டார். ஆனால் நடு நிலையுடன் யோசிக்க முடிகின்ற எவராலும் இக்கருத்தில் இருக்கும் மனித நேயத்தை — நேர்மையைப் புரிந்து கொள்வதற்கும், வாழ்வில் கடைப்பிடிப்பதற்கும் எளிதில் சாத்தியமாகும்.

இன்றைக்கும் எனக்கு சபரிமலை பெருவழி மிகவும் பிடித்து இருக்கிறது. அம்மலைப்பாதையில் இயற்கை சூழல் மிகுந்த எழில் மிகுந்த காட்சிகள் காணலாம். இப்போது செல்வதாக இருந்தால் ட்ரெக்கிங் போல் செல்வேனே தவிர மூடநம்பிக்கை முடிச்சை தலையில் வைத்துக்கொண்டு செல்லமாட்டேன். நன்றி மாம்ஸ்!

●

11. சண்முக வடிவு

இவரின் எழுத்து என்னை நிறைய சிந்திக்க வைத்திருக்கிறது, மனத் தடைகளை உடைத்திருக்கிறது. இந்த மண்ணையும் மனிதர்களையும் இந்த வாழ்வின் ஒவ்வொரு நொடிகளையும் நேசித்து வாழச் சொல்லிக் கொடுத்திருக்கிறது.

இவரது சுவற்றில் பதியப்பட்ட உணவு மேசைப் பதிவுகள், உண்ணும் உணவில் எத்தனை அக்கறை எடுத்துக்கொள்ள வேண்டும் என்ற விழிப்புணர்வை என்னுள் இன்னும் அதிகமாக்கியது.

'உண்பது என்னவென்று ஊருக்கெல்லாம் சொல்ல வேண்டுமா...?' என ஆரம்பத்தில் இதைப் பற்றிக் கேலியாய்

சிரித்தவர்களும் ஆர்வத்தோடு எங்கள் பதிவுகளை வாசிக்க ஆரம்பித்தனர்.

வரகு, சாமை, குதிரைவாலி, தினை போன்ற சிறுதானிய உணவு வகைகளை இவரின் பதிவுகள் மூலமாகத்தான் அறிந்து கொண்டேன்.

தினமும் இதில் பதிய வேண்டும் என்பதற்காகவே ஆரோக்கிய உணவு வகைகளை உண்ண ஆரம்பித்தது எங்கள் நண்பர் குழாம் என்றால் அது மிகையாகாது...

மெனுக்களை மட்டுமல்லாது செய்முறைகளையும் பரிமாறிக்கொள்ளும் ஒரு அழகான இடம் இது. இதன் மூலம் ஆரோக்கியமான ஒரு நட்பு வட்டமும் கிடைத்தது.

உணவு முறையால் மட்டுமல்லாது, தகுந்த உடற்பயிற்சிகளாலும், உடலைக் கட்டுக்கோப்பாகப் பேணிக் காக்க வேண்டியதின் முக்கியத்துவத்துவத்தையும் இவரின் பதிவுகள் வலியுறுத்தும்.

எழுதும் விஷயங்களை வாழ்விலும் கடைப்பிடிக்கும் இளங்கோவன் — கீதா இளங்கோவனின் (இவர்கள் இருவரையும் தனித்து யோசிக்க இயலவில்லை) பயணம் தொடர அன்பும் வாழ்த்தும்.

●

12. ப்ரியா அரசு

அவரின் தோற்றம், குணம், பழகுமுறை, இவை தாண்டி என்னைக் கவர்ந்தது அவருடைய எழுத்துக்கள். முகநூலில் முதல்முறை அவருடன் நட்பில் இணைந்த பொழுது அவரின் எழுத்துக்கள் எனக்கு மிகவும் ஆச்சரியம் அளிக்கக்கூடியதாய் இருந்தது. தொடர்ந்து அவருடைய பதிவுகளை வாசிக்க ஆரம்பித்தேன். பெண்கள் சார்ந்த அவருடைய பதிவுகளை வாசித்த பின்பு ஒரு பெண் வீடு, கணவன், குழந்தை வளர்ப்பு, உறவுகள், இவை தாண்டி பெண் சுதந்திரம் மற்றும் சமஉரிமைகள் போன்ற விஷயங்கள் குறித்து சிந்திக்க வேண்டுமென்று தோன்றியது. இது அவர் எழுத்து ஏற்படுத்திய தாக்கமே. இவை தவிர தோழரின் உணவுமுறை எனக்கு மிகவும் பிடிக்கும். மெனு டேபிள் பதிவுகளில் அவரின் உணவு முறை சத்தான மற்றும் தரமான உணவுமுறைகளை பார்த்து எங்கள் வீட்டிலும் அவற்றை பின்பற்ற ஆரம்பித்தோம். எங்களுடைய நண்பர்கள் குடும்பத்திற்கும் பரிந்துரை செய்தோம். சமூகம்,

உணவுமுறை, உடற்பயிற்சி,போன்ற விழிப்புணர்வு பதிவுகள் தொடர்ந்து எழுத வாழ்த்துக்கள்.

13. நிவேதிதா லூயிஸ்

வாழ்வின் ஒரு கடினமான கட்டத்தில் ஒருவரது எழுத்து ஊன்றுகோலாக மாறுவது அழகிய கனவு நனவாவதைப் போல. சைபர் குற்றம் ஒன்றினால் மனம் சோர்ந்த வேளையில் இளா அண்ணனின் வார்த்தைகள் இவை:

//இணையத்தின் பலம்: யாரையும் யாராலும் கட்டுப்படுத்த முடியாதது. பலவீனம்: கண்டுகொள்ளாமல் நம் வேலையைப் பார்த்தால் நான்கே நாட்களில் நம்மை மறந்து விட்டு அடுத்ததைப் பிடித்துக்கொள்வார்கள் என்பது. இதை இப்படியே விட்டு வெல்வதும், இன்னும் காயப்படுத்திக் கொள்வதும், எப்படியான பக்குவத்துடன் இதை எதிர்கொள்கிறீர்கள் என்பதில் இருக்கிறது//

கண்டுகொள்ளாமல் விட்டதின் பலன்— மன நிம்மதி, எழுத்தில் வளர்ச்சி. குறுகிய ஆனால் நிறைவான நண்பர் வட்டம். ஒருவரின் வார்த்தைகள் நம் வாழ்க்கையை செறிவூட்டும் என்றால், அவை வெறும் வார்த்தைகள் அல்ல, ஊன்றுகோல்கள்!

14. முரளி பாகலூர்

ஆரம்ப காலங்களில் இவருடைய பதிவுகளை மட்டும் படித்திருந்தால் பத்தோடு பதினொன்றாக கடந்து போயிருப்பேன்.. ஆனால், இவருடைய பதிவுக்கு வரும் காரசாரமான பின்னூட்டங்களும் அதற்கு உடனுக்குடன் இவர் அளிக்கும் பதிலின் வேகமும் (நாலு வரி எழுதுவதற்கே நமக்கு நாக்கு தள்ளிரும்.) அதுவும் அதிலிருக்கும் வரலாற்று உதாரணங்களும் மிக மிக ஆச்சரியமூட்டுபவை.. இவர் வேற லெவல் என்று புரியவைத்தது.

தடாலடியான "சுய இன்பம் தவறில்லை" எனும் இவருடைய பதிவு அதிர்ச்சியாக இருந்தாலும், சுயஇன்பத்தால் இளைய தலைமுறைக்கு ஏற்படும் தாழ்வு மனப்பான்மையையும், பயத்தையும் போக்கி டுபாக்கூர் மருத்துவர்களிடம் இருந்து அவர்களைக் காக்கும் சமூக அக்கறை புரிந்தது...

இன்றைய 40—களில் பெரும்பாலோர் தொந்தியும் தொப்பையுமாக இருக்க.. இவர் மட்டும் இன்னும் இளமையாய்.. இதற்குக் காரணம், இவரின் உணவு முறையும், உடற்பயிற்சியும்! `முதலில் நீ உன்னை காதலி' எனும் இவரின் பதிவிற்கான பொருள் புரிந்தது..

●

15. வசந்த் மதிவாணன்

நாம் நாள்தோறும் எவ்வளவோ மனிதர்களை சந்திக்கிறோம், பேசுகிறோம், முகநூலில் வாசிக்கிறோம்! அப்படியான நூற்றுக்கனக்கான மனிதர்களில் ஒருவராக எண்ணித்தான் இவரது பதிவுகளையும் வாசிக்கத்தொடங்கினேன்! பொதுவாகவே பகுத்தறிவாளர்களிடம் எனக்கு ஏற்படும் ஈர்ப்பு இவரிடமும் எனக்கு ஏற்பட்டது! ஆனால் போகப்போக இவரது எழுத்துக்களின் தனித்துவம் என்னை பெருமளவில் பாதிக்கத் தொடங்கியது! Thinking out of the box என்பார்களே ஆங்கிலத்தில், அதை இவரது எழுத்தெங்கிலும் காணலாம்! இந்த சமூகமும் மதங்களும் நம்மைச் செய்து வைத்திருக்கிற மூளைச்சலவையில் இருந்து விடுபட்டு பகுத்தறிவுடன் சிந்திப்பதென்பது பயிற்சியின் மூலம் சாத்தியம் என்று நம்புபவர்! தன் எழுத்தெங்கிலும் அன்பின் விதைகளை விதைத்துவிட்டு அறுவடைக்குக் காத்திராமல் நகர்பவர். இவரது எழுத்திற்கும், இவர் பேசும் அரசியலுக்கும் அடிப்படையாக இருப்பது அன்புதான். அவ்வன்பே இவரது இயல்பும் என்று நான் புரிந்து கொள்கிறேன்.

இளங்கோவன் மாம்ஸ் எழுத்துக்கள் தொகுக்கப்பட்டு "வாங்க பேசலாம் செல்லம்ஸ்" என்ற பெயரில் வெளிவரும் புத்தகமும் சகமனிதன் மீதான அன்பை உறுதி செய்யச் சொல்லும் வகையிலான ஒரு புத்தகமாக அமையும் என்றே நான் கணிக்கிறேன்!

●

16. கிர்த்திகா தரண்

முற்போக்கு சிந்தனை உடையவர்களின் எழுத்துகள் ஜீரணம் ஆவது கடினம்.. சில விஷயங்கள் ஏற்றுக் கொள்வதும் எளிதல்ல. ஆனால் இளங்கோ சொல்லும் விதம். ஏற்றுக்கொள்ளும்படியாக இருக்கும்.

ஊரே பாபநாசம் படத்தை தூக்கி வைத்து கொண்டாடிய பொழுது, இளங்கோ, ஒரு பெண், உடலை எப்படி பெரிதாய் எண்ணக் கூடாது என்ற மாற்றுக் கருத்தை உரக்க சொன்னார். இவரின் எழுத்துகள் மனதின் உள்ளே ஒரு கேள்வியை எழுப்பாமல் போகாது..

புரட்சி என்பது மனமாற்றம்..இளங்கோவின் எழுத்துகள் மவுன புரட்சியே..எத்தனை எத்தனை மனிதர்களுக்குள் மாற்றத்தை விதைத்துக் கொண்டே செல்கிறார்..அவை எல்லாம் விருட்சமாகும். அழகிய சம உலகில் வாழ்வோம்.

இளங்கோ வாழ்வு போல் அனைவரும் ஓர் அழகிய வாழ்வை அடைவோம்.அந்த நம்பிக்கையையும் அவரின் எழுத்து விதைத்துக் கொண்டே செல்கிறது.

மனித சம உரிமை, ஜாதீய பிரச்சனைகள், அரசியல், பெண் சமத்துவம், சமூக பிரச்சனைகள் என்று எது சொன்னாலும். அதில் மிக தெளிவான கருத்துகளை வைக்கும், மாற்றுக் கருத்துகளை மதிக்கும் அவரின் எழுத்துகள் இன்னும் பலரை அடைய வேண்டும்.

●

17. ஆபேரி ஆலிஸ்

'Conventionality is not morality'- Charlotte Bronte — வழக்கத்திலிருந்து வழுவுவது நெறியற்ற செயலென்று ஆணித்தரமாக மனதில் பதியவைத்து நம்மை வளர்த்துள்ள இந்த சமூகத்தில், பாரம்பரியங்களுக்கும் பகுத்தறிவிற்கும் நடுவில் சிக்கித்தவித்த பல இளைஞர்களுக்கு, முக்கியமாக எனக்கு,

'வழமை என்றுமே சரியாகிவிடாது! அன்பின் வழி மாற்றங்கள் இன்றியமையாதது! தேவையற்ற மூளைச்சலவைகளை களைவது சரியே!' என்று தெளிவுபடுத்தியது தோழர் இளங்கோவனது முகநூல் பதிவுகள்தான்.

சாதி எதிர்ப்பு தாண்டி, பெண்ணியத்தைத் தாண்டி, பகுத்தறிவு மற்றும் நேசத்தின் மூலமாக அனைத்து அடிமைத்தனங்களையும் தகர்க்கமுடியும் என நம்பிக்கையூட்டும் இவரது பதிவுகளை பல சமயம் என் நண்பர்களிடம் பகிர்ந்து புரிதலைச் சேர்த்ததுண்டு. அனைவரையும் எளிதில் சென்று சேர வேண்டுமென்றே

எப்பொழுதும் எளிமையாக எழுதும் இவரது பதிவுகளில் சில, இன்று ஒன்று சேர்க்கப்பட்ட படைப்பாக கையில் கிடைத்திருப்பது, தனிமனித மற்றும் சமூக வாழ்வியல் மாற்றத்திற்காக முனைபவர்களுக்கு ஒரு வரமே.

●

18. அப்துல் ஹக்கீம்

“இருக்க போறது கொஞ்சநாள் சந்தோஷமா இருப்போம்“ அதற்கு எல்லா உயிர்களிடத்திலும்அன்பு செலுத்துவோம். அதற்கு தடையாக உள்ள சாதி, மதம், பெண்ணடிமைத்தனம், போன்றவற்றை ஒழிக்க எழுத்தோடு நிற்காமல் களத்தில் அவரின் இணையர் மற்றும் தோழர்களோடு பணியாற்றுவார். சுவர் இருந்தால்தானே சித்திரம் இவர் உடலினை மேம்படுத்த எடுக்கும் ஈடுபாடு எங்களைப்போல் உள்ளவர்களுக்கு தூண்டுகோல். இவரோடு பயணப்படுகையில் நம்மை உற்சாகபடுத்தி அவரும் மகிழ்வார். வாழ்வை வேறொரு கோணத்தில் சிந்திக்க செய்வார். நல்ல விசயமாக யார் சொன்னாலும் ஏற்றுக்கொள்வார் அவரை பாராட்டி வாழ்த்துவார். இதுதான் அவரோட தனித்துவம்னு சொன்னா அந்த வட்டத்துலயும் சிக்கமாட்டார்.

ஏதேனும் டென்சனில் இருந்தால், “ ஏன்டா உன் வாழ்க்கையை இவ்ளோ சீரியஸா எடுத்துக்கிர.... இந்த உலகத்தில் ஒருபயலாவது உன் வாழ்க்கையை சீரியஸா எடுத்துக்கிறானா பாரு” — என்று அண்ணன் கேட்கும் போது, அட ஆமால்ல என்று தோன்றும். நிதானம் பிறக்கும்.

உங்கள் எழுத்துக்கள் எங்களை செதுக்கும் உளியாய் இருக்கின்றன அண்ணா. வாழ்த்துக்கள்!

●

19. அன்பு அழகன்

காதல் என்றாலே பொஸஸிவ்னஸ் என்பதே புரிதலாய் இருக்கிறது. நானும் ரொம்ப பொஸஸிவ்வாய் இருப்பதுதான் கூடுதல் காதலுக்கு அடையாளம் என்று நம்பியிருந்தேன்.

அந்த பிம்பங்கள் இளங்கோ மாம்ஸ் எழுத்தைப் படிக்கப் படிக்கத் தகர்ந்து போனது.

கையகப்படுத்தாமல் சுதந்திரமாய் வாழ விட்டுக் காதலிக்கும் வித்தை கைவந்தது. காதல் மட்டுமல்லாது எல்லா நேசமும் ஆக்கிரமிப்பிற்குத் தொடர்பில்லாதது என்ற உண்மையும் அறிய முடிந்தது.

பெண்களை குறிப்பாய் மனைவியை மதிக்கும் குணம் அதிகப்பட்டது அவரது எழுத்துக்களை வாசித்த பிறகுதான். அதன் விளைவாக கணவன் — மனைவி உறவு மிகவும் இனிமையாக மாறியிருப்பதை என் மனைவி கவிதாவும் ஒத்துக் கொள்கிறார்.

உடற்பயிற்சி செய்து உடலைப் பாதுகாக்க வேண்டும் என்ற எண்ணம் வந்ததும் அவரைப் பார்த்து, அவரது பதிவுகளைப் படித்துத்தான். இப்போதெல்லாம் அதிகாலை 4 மணிக்கெல்லாம் எழுந்து ஓடிக்கொண்டிருக்கிறேன். நான்கு மாதத்திற்கு முன் 87 கிலோவாக இருந்தவன் இப்போது 75 கிலோவாக உடல் எடையைக் குறைத்திருக்கிறேன். மராத்தான் போட்டிகளில் கலந்து கொள்கிறேன். தற்போது 15 கிமி ஓட முடிகிற நான் விரைவில் அரை மராத்தானான 21 கிமீ ஓடத் திட்டமிட்டிருக்கிறேன்.

உடல் எடை குறைந்ததால் தன்னம்பிக்கையுடனும் வாழ்வில் உற்சாகத்துடனும் இருக்கிறேன். இது இளங்கோ மாம்ஸின் பதிவுகளை வாசித்து நேர்ந்த மாற்றமே ஆகும்.

●

20. கமலி பன்னீர்செல்வம்

சமூக வலைத்தளம் தேடல் மிக்கவர்களுக்கு மிகச்சரியான ஒரு இடம். அதிலும் சமூக நீதி, பெண்ணியம் சார்ந்த கருத்துகளின் பல்வேறு கோணங்களை அதன் பிரச்சனைகளை அனைவரும் புரிந்து கொள்ளுமாறு மிக எளிமையாக சொல்லும் நபராகதான் சில வருடங்களுக்கு முன் இளங்கோ எனக்கு அறிமுகம். அதன் பிறகு இவருடைய பக்கத்தில் பகிரப்படும் பெண்ணியம் சார்ந்த கருத்துகள் மூலம் நான் சரி என்று நினைத்திருந்த விஷயங்கள் பலவற்றையும் இளங்கோ தன்னுடைய கருத்தின் மூலம், அதில் உள்ள தவறுகளை சுட்டிக் காட்டி பதிய வைத்தபோது அந்த கருத்துகளில் இருந்த உண்மை என்னை சிந்திக்க தூண்டியது.

சில நேரங்களில் இவரது கருத்து முற்றிலும் நான் நினைத்ததில் இருந்து வேறாக இருக்கும்போது, என் கருத்தில் உள்ள தவறை இளங்கோ சுட்டிகாட்டும்போது எனக்குள் இருக்கும் நான் என்ற

ஈகோ முதலில் மறுக்க நினைக்கும். ஆனால் இவர் சுட்டி காட்டும் தன்மையிலும் விதத்திலும் எனக்குள்ளிருந்து எழும் சண்டைக்கோழி சரண்டராகிவிடும். இவ்வளவு அழகாக, டென்ஷனாகாமல் மாற்றுக்கருத்தை தீர்க்கமாக கோவமில்லாமல் வைக்க முடியுமா என்று வியந்திருக்கிறேன். கற்று கொள்ள முயற்சிக்கிறேன். ஆனால் முடிந்ததில்லை.

பிறந்ததில் இருந்து இந்த சமூகமும், குடும்பமும் பெண் மீது திணித்து வைத்திருப்பதை அவ்வளவு எளிதில் உதறமுடியாது. ஆண்களில் மட்டும் ஆணாதிக்கவாதிகள் இல்லை, ஆணாதிக்க கருத்துகளை உடைய பெண்களும் ஆணாதிக்கவாதிகளே என்று இளங்கோ ஒரு முறை தனது பதிவில் கூறியிருந்தார். பெண்ணே பெண்ணுக்கு எதிரி என்று சர்வசாதாரணமாக கருத்து கூறும் எவரையும் இன்று வரை இளங்கோ அவர்களின் இந்த கருத்தை முன்னிருத்தி தான் வாதம் செய்வேன்.

தனது கருத்துகளால் என்னை ஈர்த்த வெகு சிலரில் இளங்கோவும் ஒருவர். பன்முகத்தன்மை என்பதை இளங்கோவின் பதிவுகளில் காணமுடியும். அனைத்தையும் விட மனிதர்களை, மனிதத்தை நேசிக்கும் பேரன்பை இளங்கோவின் பதிவுகள் மூலம் உணர முடியும். நான் உணர்ந்திருக்கிறேன். ஒரு பாஸிட்டிவ் வைப்ரேசனை உணர்ந்திருக்கிறேன்.

ஒருவரை பாராட்ட அவரிடம் நெருங்கி நட்பு பாராட்ட வேண்டும் என்ற அவசியமில்லை. நான் இளங்கோவிடம் அதிகம் நட்பு பாராட்டியதுமில்லை. ஆனால் இந்த முகநூலில் அறிமுகமான நாளில் இருந்து கருத்துகளால் இவர் மீது எனக்கு ஏற்பட்ட பிரமிப்பு இன்று வரை குறையவே இல்லை. அவ்வகையில் முகநூல் அறிமுகப்படுத்திய தோழர் என்று சொல்வதை விட ஒரு கண்ணியமான மனிதநேயமிக்க அன்பான மனிதர் என்று இளங்கோவை சொல்வேன்.

இளங்கோவின் கருத்துகளை புத்தகமாக தொகுத்திருப்பதும், அவரின் கருத்துகளால் பெரிதும் ஈர்க்கப்பட்ட ஒருவரே. இந்த புத்தகம் அவரின் சமூக நீதி, பெண்ணியம் உள்ளிட்ட கருத்துகளையும் அதில் இடம்பெற்ற விவாதங்களையும் தொகுத்திருக்கும் ஒரு வித்தியாசமான புத்தகம். ஒரு கருத்தில் இருக்கும் பல்வேறு தரப்பு நியாயங்களை அவரது பதிவுகளில் பார்க்கலாம். உங்களின் கருத்துகள் பலரையும் சென்றடைய வேண்டும் என்ற ஆசை எனக்கும் உண்டு. அது புத்தகமாக வருவதில் மிகப்பெரும் மகிழ்ச்சி. அன்பும் ப்ரியங்களும் இளங்கோ.

●

என்னுரை

எழுத்தினால் தாக்கம் நேருகின்றது என்றால் முழுக்க அது வாசிப்பவனின் யத்தனமே ஒழிய எழுதியவனுக்கும் அதுக்கும் எந்தச் சம்பந்தமும் இல்லை.

"மனதுக்கு சரி எனப்படுவதை எழுதுவது பிடித்திருக்கிறது; எனக்குப் பிடித்திருப்பதால் எழுதிக் கொண்டிருக்கிறேன்".

அவ்வளவுதான். அவ்வளவு மட்டும்தான்.

இதைத்தாண்டி வாசிப்பவர்கள் இதை ஏற்றுக் கொண்டாக வேண்டும் என்ற வற்புறுத்தல் என்னிடம் எப்போதும் இருப்பதில்லை. எனவே அப்படி ஏற்றுக் கொள்பவர்களுக்கு அதனால் பலாபலன்கள் கிடைக்கிறது என்றால் அதற்கு நான் பொறுப்பில்லை.

தங்கை ஷமீம் பானு, பதிவுகளைத் தொகுத்து புத்தகம் போடவேண்டும் என்ற போதும் இதே சுயநலம்தான் என்னை முடியாது என்று சொல்லவைத்தது. எழுதுவது தவிர புத்தக ஆக்கம் தொடர்பான வேறெந்த வேலையிலும் எனக்கு ஆர்வம் இல்லை. எனும்போது எதற்கு மெனக்கெடனும் என்பதே என் நிலைப்பாடாய் இருந்தது. அதோடு அவர்கள் என் எழுத்தை உயர்வாய் நினைக்கும் அளவிற்கு எனக்கு என் எழுத்தின் மீது ஆகப்பெரிய மரியாதை இன்னும் ஏற்படாததும் ஒரு காரணமாய் இருக்கலாம்.

எப்படியோ ஷமீம் பானு தானே எல்லாப் பதிவுகளையும் தொகுக்கத் தொடங்கி "பிரிண்ட் எங்கே பண்ணலாம்?" என விசாரிக்கத் தொடங்கியதால், "ஐயோ பாவம் உதவுவோமே" என்று தோன்றிவிட்டது.

நண்பர் பழனிக்குமாரிடம் இந்த எண்ணத்தைச் சொல்ல அவர் மூலமாக நண்பர் வேடியப்பனின் அறிமுகம் கிடைத்தது.

டிஸ்கவரி புக் பேலஸின், படி வெளியீடாக மிகக் குறுகிய காலத்தில் மிகத்தரமான படைப்பாக இன்று வெளிவந்திருக்கிறது.

புத்தகத்தைப் பார்க்கும் போது தோன்றுகிறது. சிலவற்றை பதிவுகள் மட்டுமாயும், வேறு சிலவற்றை பதிவுகளோடு அவற்றுக்கான நண்பர்களின் கமெண்டுகளைச் சேர்த்தும் தொகுத்திருக்கிறார். பிரசுரிக்கும் தரம் கருதி இப்படிச் செய்திருப்பார் எனப் புரிந்து கொள்கிறேன். அது போல எனது பதிவுகளில் அவருடைய பார்வையில் முக்கியமாய்ப் பட்ட கட்டுரைகளைப் பொறுக்கி எடுத்திருக்கிறார் என்றும் புரிந்து கொள்ள முடிகிறது.

வாழ்வில் ஒரு முறை கூட சந்தித்ததில்லை. எழுதும் போதும், பேசும் போதும் சரிவர ஒத்துழைப்பும் நான் கொடுத்ததில்லை. ஆயினும் தொலை தேசத்தில் இருந்தபடி இப்படியொரு படைப்பை நேசத்தால் சாத்தியப்படுத்தியிருக்கும் தங்கை ஷமீம் பானுக்கு அன்பு.

பதிவுகளைத் தொகுத்து புத்தகமாக்கலாம் என்று நான் சொன்ன நாள் முதலாகவே படைப்பு வெளிவருவதற்காக கீதாவின் ஆர்வமும், ஈடுபாடும், உழைப்பும் அபரிமிதமானதாகும். என் மைத்துனர் பாஸ்கரன், கீதா பற்றிப் பேசும் போது " கீதா, நம் குடும்பத்துக்கு வாராது வந்துதித்த மாமணிங்க — என்று மகிழ்வுடன் சொல்வார். என் கிறுக்குத்தனத்துக்கெல்லாம் அச்சசலாய் பொருந்தும் இப்படியொரு கிறுக்கச்சியை என் வாழ் நாளில் வேறு எங்கும் நான் கண்டதில்லை என்றே பதிலாய்ச் சொல்லத் தோன்றும்.

அந்தக் கிறுக்கச்சிக்கும் என் அன்பு.

உறவினர் போன்ற நண்பர்களும், நண்பர்கள் போன்ற உறவினர்களும் எல்லோருக்கும் சாத்தியப்படாது. எங்களை சகித்ததோடு இதையும் சாத்தியப்படுத்திக் கொண்டிருக்கும் என் நண்பர்கள் — உறவினர்களுக்கு என் அன்பு

பல ஆயிரக்கணக்கான நண்பர்கள் ஃபேஸ்புக்கில் இருந்த போதும், அதில் ஒரு சிலர் மட்டுமே நமது எழுத்தின் மீது ஈடுபாடு கொண்டு வாசிப்பார்கள்; அதிலும் ஒரு சிலர் மட்டுமே வாசித்ததை வாழ்க்கையிலும் செயல்படுத்தத் துணிவார்கள். அவர்களிலும் ஒரு சிலர் மட்டுமே எழுதியவரிடம் "உங்கள் எழுத்திலிருந்து இதை நான் படித்து என் வாழ்க்கையை மாற்றிக் கொண்டிருக்கிறேன்" — என்று தயக்கமோ, ஈகோவோ இல்லாமல் தெரியப்படுத்துவார்கள். அப்படியானவர்களில் இருபது பேரின் கருத்துக்களே இப்புத்தகத்துக்கு அறிமுக உரையாக அமைந்திருக்கிறது. அவர்கள் அனைவர்களும் என் அன்பு.

தொடர்ந்து நான் எழுதுவதற்கு தூண்டுகோலாய் களம் அமைத்துத்தரும் அத்தனை செல்லங்களுக்கும், வாசித்து, விவாதித்து என்னை உற்சாகப்படுத்தும் அத்தனை செல்லங்களுக்கும் என் அன்பு.

மனிதம் மட்டுமே என் எழுத்தின் பாடுபொருளாய் இருக்கிறது.

வன்மையான பொழுதுகளில் மனித உரிமையாகவும், மென்மையான பொழுதுகளில் மனித நேயமாகவும் அது வெளிப்படுகிறது.

மனித உரிமைக்குரல்கள், பெண்ணுரிமைக்கும்— சமூக நீதிக்கும் ஒலிக்கின்றன.

மனிதநேயக் குரல்கள், காமத்திற்கும் — நேசத்திற்கும் ஒலிக்கின்றன.

மனிதம் தாண்டி என் எழுத்து எதைப்பற்றியும் பேசியதில்லை; பேசப்போவதும் இல்லை.

இளங்கோவன் கீதா

பொருளடக்கம்

பகுதி - 1 காதல் செய்வீர்	31
பகுதி - 2 எது கற்பு?	56
பகுதி - 3 சாதியும் மதமும் குற்றச்செயல்கள்	69
பகுதி - 4 சொத்து, ஒரு மன நோய்!	96

பகுதி - 1
காதல் செய்வீர்

15 February 2017 காதலர் தின முடிவு

இளங்கோவன் பாலகிருஷ்ணன் என்ற பெயரில் அறியப்படும் நான் இன்று முதல் இளங்கோவன் கீதா என்ற பெயரில் அறியப்படுவேனாக.

பெயரில் என்ன இருக்கு? – என்பார்கள்.

அந்த அலட்சியம் சரியல்ல. பெயரில் நிறைய சங்கதிகள் இருக்கின்றன.

பெயர்கள் நமக்கான அடையாளங்கள். அவை கேட்பவர்களிடம் நம்மைப் பற்றி ஒரு சாதகமான அல்லது பாதகமான முன்முடிவினைத் தரக்கூடியவை. அவற்றின் அடிப்படையில் அடுத்தடுத்த உறவின் தன்மையும், செயல்பாட்டுக்கான மதிப்பும் கணிக்கப்படும். எனவேதான் ஒவ்வொருவருக்கும் பெயர் முக்கியமானதாகிறது.

என்றாலும் நடைமுறை வாழ்வில் நம் பெயரை நாமா வைத்துக் கொள்கிறோம். இல்லையே. நாம் அல்லாத யாரோ ஒருவரே நமக்கான பெயர்களைத் தீர்மானிக்கிறார்கள். நாம் பிறந்த உடன் நமது பெயர் தீர்மானிக்கப்பட்டு, நமக்கு விபரம் தெரியும் முன் நாம் சேர்க்கப்படும் பள்ளியில் அப்பெயர் நமக்கானதாக பதிவு செய்யப்பட்டு விடுகிறது. எனவே நம் இயற்பெயர் எப்படியானதாக இருக்க வேண்டும் எனத் தீர்மானிக்கும் வாய்ப்பு ஒருபோதும் நமக்கு இல்லாமல் போய்விடுகிறது.

போதாததற்கு இந்த சர் நேம் வேறு.

தமிழர்களைப் பொருத்தவரை இனிஷியல் போட்டு புள்ளி வைத்து நமக்கு இடப்பட்டிருக்கும் இயற் பெயரை மட்டும் வைத்துக் கொள்கிறோம். ஆனால் தமிழகத்தைத் தாண்டினால் ஏனைய இந்தியர்களின் வழக்கம் வேறு. நம்மிடம் நமது சர் நேம் கேட்டு உயிரை வாங்குவார்கள். சர் நேம் என்று அவர்கள் சொல்லிக் கொள்வது ஆகப்பெரும்பாலும் சாதி பெயராகவும், சில இடங்களில் குடும்பம் அல்லது இடத்தின் பெயராயும் அமைந்திருக்கிறது.

இவர்கள் தொந்தரவு தாங்காமல் நமது இனிசியலை விரித்து வரும் அப்பாவின் பெயரை சர் நேம் என்ற இடத்தில் போட்டுத்

தொல்லையிலிருந்து தற்காலிகமாய்த் தப்பிப்போம். அப்படித்தான் தமிழனுக்கு இரட்டை வார்த்தைப் பெயர்கள் அமைந்து போகிறது.

அடுத்து வெளி நாடு போனால் இன்னொரு சிக்கல் வரும். பாஸ்போர்ட்டில் தொடங்கி அப்பா பெயரை முதலில் போட்டு பிறகு நமது பெயரைப் பிறகு போட வைப்பார்கள். இப்படியான தொந்தரவினால் வெளி நாட்டிலிருக்கும் ஆகப்பெரும்பாலோர் அப்பாவின் பெயராலேயே அழைக்கப்படும் கூத்தும் நடந்து கொண்டிருக்கிறது.

ஒரு மனிதனுக்கு அப்பா பெயர் மீது மட்டுமேயான பெயர்ப்பந்தம் எதற்கு?

உண்மையில் ஒரு மனிதனைப் பெற்று வளர்ப்பதற்கான சிரமம் அப்பாவை விடவும், அம்மாவையே மிகுதியும் சேரும். என்றாலும் அவனுக்கான இனிஷியல் அம்மாவின் முதல் எழுத்தாய் அல்லாது அப்பாவின் முதல் எழுத்தாகவே இருக்க வேண்டும் என்று நாம் அனைவரையும் ஆக்கி வைத்திருக்கிறார்கள். ஆணாதிக்க சமுதாயத்தின் பல்வேறு வெளிப்பாடுகளில் இதுவும் ஒன்று.

ஒரு சிலர் அப்பா, அம்மா இருவரின் முதல் எழுத்தையும் இனிசியலாய் போட்டுக் கொள்ளும் வழமையை நவீன காலத்தில் ஆங்காங்கே காணமுடிகிறது. என்றாலும் அம்மாவின் பெயரை மட்டுமே இனிஷியலாகப் போட்டுக் கொண்டவர்கள் யாராவது இருக்கிறார்களா?

கிமு மூன்றாம் நூற்றாண்டில் தக்காணப்பகுதியை ஆண்ட தாய்வழிச்சமூகத்தின் வழியில் வந்த சதகர்ணி மன்னர்களிடம் பெயரில் அம்மாவை முன்னிலைப்படுத்தும் போக்கினைக் காணமுடிகிறது. அந்த மன்னர்கள்தான் தங்களை கௌதமி புத்திர சதகர்ணி, வசிஷ்தி புத்திர புலமாயி என்று குறிப்பிட்டுக் கொள்கிறார்கள். அம்மாவின் பெயர்களான கௌதமி, வசிஷ்தி ஆகியோரின் பெயர்களைக் குறிப்பிட்டு அவர்களின் புத்திரர்கள் நாங்கள் என்று தன் பெயரில் குறிப்பிட்டுக் கொள்வதை காணலாம். இவர்களைத் தவிர்த்து மற்றபடி வரலாறு மொத்தமும் வீம்பாய் ஆணின் பெயரை மட்டுமே முன்வைக்கிறது.

இன்றைக்கு அன்றாட வாழ்வில் ஏதேனும் விண்ணப்பம் பூர்த்தி செய்வதானாலும் கூட விண்ணப்பதாரர் பெயருக்கு அடுத்து தந்தை அல்லது கணவர் பெயரே கேட்கப்படுகிறது. தாய் பெயரோ, மனைவி பெயரோ கேட்கப்படுவதில்லை. இதன் காரணமாய் விரும்பியோ விரும்பாமலோ ஆண்கள் யாவரும் ஆண்— ஆண் பெயராலும், பெண்கள் யாவரும் பெண் — ஆண் பெயராலும்

இரட்டைச் சொற்களால் அடையாளம் காணப்படும் சூழலைக் காணமுடிகிறது. இதே வழமையைப் பின்பற்றுவதன் மூலம் ஃபேஸ்புக்கிலும் இயல்பாக ஆணாதிக்கச் சிந்தனை கொண்ட ஆண், பெண்களின் பெயர்களாகவே எல்லோர் பெயர்களும் அமைந்து விடுகின்றன.

இதைத்தாண்டியும் பொதுவாக பெண்கள் தனது தந்தை பெயரையோ, அல்லது கணவர் பெயரையோ தன் பெயருடன் இணைத்து வைத்துக் கொள்ளும் போக்கினைக் காணமுடிகிறது. வசதி கருதியோ, விருப்பம் கருதியோ அல்லது ஆணை திருப்திப் படுத்தும் எண்ணத்திலோ இப்படிச் செய்கிறார்கள் போலிருக்கிறது. ஆண்கள் பெயர்கள் ஊர் பெயரோடோ, தொழில் பெயரோடோ, அல்லது வேறு ஏதேனும் சிறப்புப் பெயரோடோ இணைத்துக் காண முடிகிறதே ஒழிய பெண்கள் பெயரை இணைத்துக் கொண்ட ஆணின் பெயரைக் காண்பது வழக்கமாய் இல்லை.

பெண் ஆணின் பெயரை தன் பெயருடன் இணைத்துக் கொள்வது பெருமையானதாகவும், ஆண் பெண்ணின் பெயரைத் தன் பெயருடன் இணைத்துக் கொள்வது இழிவானதாகவும் இந்த சமூகத்தின் பொதுப்புத்தி அமைந்திருக்கிறது போலத் தெரிகிறது.

எனவே பெண்களும் தந்தை அல்லது கணவனின் பெயரைச் சேர்த்துக் கொள்ளாமல் ஆண்களைப் போல தனக்கான சிறப்பினைக் குறிக்கும் ஊர் பெயரோடோ, தொழில் பெயரோடோ அல்லது வேறு சிறப்பினைக் குறிக்கும் பெயரோடோ தன்னை அடையாளம் இட்டுக் கொள்வதே சரியானதாக இருக்கும் என்பது என் பொதுவான எண்ணமாய் இருக்கிறது.

இதை மீறி பெண்கள் தந்தையின் பெயரையோ, கணவனின் பெயரையோ விருப்பம் கருதியோ, வசதி கருதியோ, பாதுகாப்பு கருதியோ இணைத்துக் கொள்வது என்பது அவரவரின் தனிப்பட்ட உரிமை. இதில் இன்னொருவரின் கருத்துக்கு இடமில்லை.

அந்த வகையில் என் வாழ்விணையர், தனது கீதா என்னும் பெயருடன் இளங்கோவன் என்று என்னுடைய பெயரையும் இணைத்து பெயர் வைத்திருக்கிறார். கடந்த பல வருடங்களாக அப்படியே அடையாளம் காணவும் படுகிறார். எனவே, அவரது பெயர் கீதா இளங்கோவன் என அமைந்திருக்கும் போது எனது பெயர் “இளங்கோவன் கீதா” என்று அமைந்திருப்பதே பாந்தமாய் இருக்கும் என நான் நினைக்கிறேன். எனவே இனி வரும் காலங்களில் அவ்வாறே பொதுத்தளங்களில் நான் அடையாளம் இடப்பட விரும்புகிறேன்.

எழுபதுகளின் இறுதியில் பொற்செல்வி இளமுருகு, இளமுருகு பொற்செல்வி எனப்படும் வாழ்விணையர்களின் அறிமுகம் கிடைத்தது. இவர்கள் சிறந்த மேடைப்பேச்சாளர்கள். எங்கள் வீட்டிற்கு பொற்செல்வி இளமுருகு ஒருமுறை வந்திருந்த போது என் தந்தையார் மகிழ்வுடன் அவர்களை அப்போது சிறுவனாக இருந்த எனக்கு அறிமுகம் செய்து வைத்தார். “ இந்த அம்மையாரின் இணையரும் இவருடைய பெயரை தன் பெயருடன் இணைத்து இளமுருகு பொற்செல்வி என்று பெயரை அமைத்துக் கொண்டிருக்கிறார். ஆண்— பெண் சமத்துவத்துக்கான அருமையான அடையாளம் இவர்கள் வாழ்க்கை” — என்று மகிழ்வுடனும், பெருமையுடனும் என்னிடம் சொன்னார் அப்பா.

அன்றைய காலத்தில் அப்பா சொன்னதை என்னால் அரைகுறையாக மட்டுமே புரிந்து கொள்ள முடிந்தது. ஏதோ பெருமைப்படும் விசயம் போலிருக்கிறது; அப்பா இவ்வளவு மகிழ்ச்சியடைகிறாரே என்று புரிந்தது போல தலையாட்டி வைத்தேன்.

இன்று அப்பா உயிரோடு இல்லை. இருந்திருந்தால் அவர் பெயருக்குப் பதிலாக அந்த இடத்தில் என் இணையரின் பெயரை நான் இணைத்துக் கொண்டிருப்பதைப் பார்த்து பெரும் உவகை அடைந்திருப்பார். ஆண்— பெண் சமத்துவத்துக்கான ஒரு அடையாளம் என்று பூரித்துப் போயிருப்பார்.

எனவே....

இளங்கோவன் பாலகிருஷ்ணன் என்ற பெயரில் அறியப்படும் நான் இன்று முதல் இளங்கோவன் கீதா என்ற பெயரில் அறியப்படுவேனாக.

9 February 2015 காட்டு குரங்குகள்

ஒருமுறை காட்டுக்குள் போகும்போது அங்கிருந்த குரங்குகள் தின்பதற்கு பழங்கள் கொடுத்தோம்.

அழைத்துச் சென்ற வனத்துறை அதிகாரி, “குரங்களுக்கு மனிதர்கள் இப்படிப் பழங்கள் கொடுத்துப் பழக்குவது தவறானது”— என்றார்... ஆச்சர்யமாய் இருந்தது. விலங்குகளுக்கு உணவிடுவது நல்லதுதானே என்று கேட்டேன்...

“சுற்றிப் பார்ப்பதற்காக வரும் மனிதர்கள் ஒரு பிரியத்தில்தான் குரங்குகளுக்கு உணவிடுகிறார்கள்.

ஆனால் தினமும் இப்படியே இந்தக் குரங்குகளுக்கு உணவு கிடைத்து விடுவதால் இந்தக் குரங்குகள் கஷ்டப்பட்டு

உணவு தேடுவது, மரங்களின் மேல் ஏறி பழங்கள் பறிப்பது போன்ற பழக்கங்களை எல்லாம் கொஞ்சம் கொஞ்சமாக கைவிட்டுக்கொண்டிருக்கின்றன...

இப்படியே போவதால் ஒரு நாள் முற்றிலும் அந்தப்பயிற்சி இல்லாமலேயே புதிய தலைமுறைக்குரங்குகள் மாறி விடுகின்றன...

வரிசையில் உட்காந்து பிச்சை எடுப்பதுபோல இந்தக் குரங்குகளும் டூரிஸ்ட்களிடம் பிச்சை எடுக்கும் ஜீவன்களாக மாறிவிடுகின்றன...

எனவே இயற்கையுடன் இணைந்து வாழும் மிருகங்களை அதன் போக்கில் வளரவிடுவதே ஆரோக்கியமானது"— என்று பதில் சொன்னார்...

நிறைய யோசிக்க வைத்தது.

●

22 November 2013 பெண்விடுதலை

"எங்கள் வீட்டு சமையலில்

எங்கள் வீட்டு குழந்தை வளர்ப்பில்

எங்கள் வீட்டு குடும்ப நிர்வாகத்தில்

ஆண்களின் பங்களிப்பு கணிசமான அளவு உண்டு"

— என்று யாராரால் எல்லாம் சொல்ல முடிகிறதோ அவர்கள் மட்டுமே பெண்களின் சுயவளர்ச்சிக்கும், சமூகப் பங்களிப்புக்கும் நடைமுறையிலும் உதவுகிறார்கள் என்று அர்த்தம்.

இதுதான் பெண்விடுதலைக்கான அடிப்படைச் சங்கதியும்கூட.

கலந்துரையாடல்:

Ezhil Arul

உன்னால் வீட்டு வேலைகளில் ஈடுபட முடியாது எனக் கூறி பாத்திரம் துலக்க, துணி துவைக்க வேலையாளை வைத்து விட்டது அவர்தான்.

உன் அறிவு, திறமை அங்கே முடங்க வேண்டாம் என்பார்... சமையல் வேலைகளில் நேரத்தைப் பொறுத்து காய்கறி வெட்டித்தருவது போன்ற வேலைகள் செய்வார்.

எங்கள் மூவரின் லன்ச் பேக் செய்வது அவர்தான் (இதில் அதற்கான பாத்திரம் கழுவுவது உட்பட). எனக்கு வேலை இருப்பின் முழுச் சமையலும் அவரால் நடக்கும்.

உனக்கு முடியலைன்னா கடைல பார்த்துக்கலாம் என்பதெல்லாம் கிடையாது அவர்தான் செய்வார்.

துணிகள் இருவரும் சேர்ந்து அயர்ன் செய்வோம்.

எங்களின் கழிவறைகள், சிங்க் சுத்தம் செய்வது இருவரும்தான். (பெரும்பாலும் அவர்)

தோட்ட வேலைகளும் இருவரும்தான்... இதெல்லாம் சமையல் மற்றும் குழந்தை வளர்ப்பு.

எங்களின் அலுவலக உள் வேலைகள் நான் கவனிப்பேன். வெளிவேலைகள் அவர். ஆரம்பகட்டங்களில் இருவருமே மார்கெட்டிங் செய்துள்ளோம். இப்போது எங்கள் தேவைகள்போதும் என முடிவு செய்து நான் சமூக ஈடுபாட்டில் இருக்கும்போதும் எங்கள் பங்களிப்பு இதுவேதான்...

இதெல்லாம் வேலைக்குச் சென்ற அவரின் தாய்க்கும் செய்ததால்தான் எளிதானது என எண்ணுகிறேன்.அதனால் என் மகனுக்கு பழக்கி வருகிறேன்.

●

28 September 2016 குழந்தைப் பராமரிப்பு

தற்போது பெண்களுக்குக் கொடுக்கப்படும் சைல்ட் கேர் லீவைப் பாதியாக்கி அதை ஆண்களுக்கு கொடுக்க வேண்டும்.

குழந்தைப் பராமரிப்புக்காக ஆணுக்கு லீவ் கொடுக்காமல் பெண்ணுக்கு மட்டுமே லீவ் கொடுப்பதன் மூலம் குழந்தைகளைப் பராமரிக்கும் சுமை பெண்ணுக்கே ஆனது — ஆணுக்கு அந்தப் பொறுப்பு தேவையில்லை என்று மறைமுகமாய் இந்தச் சம்மூவம் வலியுறுத்துகிறதா ?

MeenaSomu: ஆண்களுக்கு குழந்தை வளர்ப்பில் பொறுப்பிருக்கிறது. இதை ஆண் சமூகம் கோரிக்கையாக எழுப்புவதே இல்லை பாருங்கள். ஆக குழத்தை பேறுக்கான விடுமுறை குறித்தும் பெண்கள்தான் கோரிக்கை எழுப்ப வேண்டியுள்ளது, குழந்தை வளர்ப்புக்கான விடுமுறையை ஆண் — பெண் இருவருக்கும் பாதி பாதியாக அளிக்க வேண்டும் என்றும் வலியுறுத்தும் கோரிக்கையையும் பெண்களேதான் வைக்க வேண்டும்.

Ilangovan Balakrishnan

ஆமா... அப்பிடியே ஆண்கள் லீவில் போய் விட்டு அலுவலகத்திற்கு ஜாயின் பண்ணும்போது “இவர், கொடுத்த விடுப்பில் ஊர்

சுற்றாமல் குழந்தையை நன்முறையில் கவனித்துக்கொண்டார்" என்ற சான்றிதழை அம்மாமார்களிடம் வாங்கி இணைக்க வேண்டியதும் கட்டாயமாக்கப்படவேண்டும்.

●

8 May 2016 அம்மா என்றொரு அடிமை சாசனம் 1:

பத்தாவது, ப்ளஸ் டூ ரிசல்ட் வரும் போதெல்லாம் பார்ப்போம்.

ஆண்களை விட பெண்களின் தேர்ச்சி சதவீதம் கூடுதலாய் இருக்கும். டாப் ரேங்கர்ஸ் என்று எடுத்துக்கொண்டாலும் ஆண்களை விட பெண்களே அதிக எண்ணிக்கையில் சாதனைகளை நிகழ்த்தியிருப்பார்கள்.

எனக்கு நினைவு தெரிந்த நாள் முதலாய் இன்று வரை இதே சூழல்தான் தொடர்கிறது.

ஆனால் அத்தனை புத்திசாலிகளான பெண்கள் ப்ளஸ் டூவுக்குப் பிறகு என்ன ஆகிறார்கள்?

தனது திறமையைப் பயன்படுத்தி ஏதேனும் ஒரு துறையில் தொடர்ந்து உழைத்து, வெற்றிகளைப் பறித்து, தானும் மிளிர்ந்து, தேசத்தையும் உயரச் செய்திருக்கனுமே?

என்ன ஆச்சு? எங்கே போனார்கள்?

அந்த சாதனை ஜீவன்கள் எல்லாம் நாலு சுவருக்குள் அடைக்கப்பட்டு "அம்மா" — என்னும் அடிமைப் பிழைப்புக்கு பயிற்சி எடுக்கத் தொடங்கி விடுகிறார்கள்.

அதென்ன?

கருமுட்டையும், கருப்பையும் பெண்ணுக்கு மட்டுமே உரியதுதான். எனவே, பிள்ளைப் பேறு என்பது அம்மாவால் மட்டுமே சாத்தியம். ஆனால், அந்தச் சிரமத்தை பரிவுடன் பார்க்கத் தவறுகிறது இந்தச் சமூகம். அக்கொடுமையின் விளைவாக, குழந்தை வளர்ப்பும், அது சார்ந்த பொறுப்பும்கூட அம்மாவுக்கு மட்டுமே உரியது என ஒட்டு மொத்த சமூகப் பொறுப்பை — சுமையை அவள்மீது திணிப்பதைக் காணமுடிகிறது.

இப்படி, மனித குலத்தின் அடுத்த தலைமுறையை வளர்த்தெடுப்பதற்காக "அம்மா" — என்னும் அடிமை விலங்கு அவளுக்கு மாட்டப்படுகிறது.

தனக்கான வாழ்வை தன் விருப்ப — வசதி — தேவைப்படி வாழ்வதிலிருந்து முற்றிலுமாய் தடுக்கப்பட்டு, "பிள்ளை பெற்று

வளர்ப்பது" — என்ற ஆணாதிக்க தேவைக்கு பலிகடாவாக சமூக உலைக் கலனில் "அம்மா" என்னும் அடிமை உருவாக்கப்படுகிறாள்.

"அம்மா தெய்வம்" என்றும், அம்மா "தியாகத் திருவுரு" என்றும் அடையாளம் இட்டு, அந்த புனித வட்டத்தை எந்தப்பெண்ணும் தாண்டி விடாத வண்ணம் தாய்ப்பாசம், சமூக ஒழுக்கம் என்ற மூளைச் சலவைகளை நிகழ்த்தி, ஒரு மாபெரும் வன்முறை மறைமுகமாய் அவள்மீது திணிக்கப்படுகிறது.

நியாயத்துக்குப் புறம்பாக அம்மாவிடம் இருந்து பறிக்கப்பட்ட அவள் உரிமைகள், ஆசைகள், தேவைகளை அவளுக்கு மீட்டுக்கொடுக்க வேண்டும். அவளைச் சுரண்டிப் பிழைக்கும் பிழைப்பை உடனடியாக நிறுத்த வேண்டும்.

அவளின் தெய்வ கிரீடச் சுமைகளை இறக்கி வைத்து — சக ஜீவனாக்கி கைகோர்த்தபடி பயணம் செய்ய வேண்டும்.

இந்த அன்னையர் தினங்கள் புகழ்ச்சியும் சுரண்டலுமான விச வளையத்திலிருந்து அம்மாவை மீட்டெடுக்கட்டும். குடும்பமும், சமூகமும் அவளை மனுசியாய் மதிக்கும் — நடத்தும் தொடக்கத்தை அமைத்துக் கொடுக்கட்டும்.

●

8 May 2016 அம்மா என்றொரு அடிமை சாசனம் 2:

எங்க வீட்டுக் கோழி, ஒவ்வொரு பருவத்துக்கும் முட்டையிடும்.

கோழிக்குஞ்சுகளை கவனத்துடன் பார்த்துக் கொள்ளும். பக்கத்து மரத்திலேயே கிழப்பருந்து ஒன்று கூடு கட்டிக் குடியிருப்பதால் குஞ்சுகளைப் பாதுகாப்பது பெரும் சவாலாகவே இருக்கும் இந்தக் கோழிக்கு.

குஞ்சுகளுக்கு இரை பொறுக்கச் சொல்லித்தரும். ராணுவ வீராங்கனைபோல அணிவகுத்துச் செல்வதும், மிரட்டி ஒழுங்குபடுத்துவதும் காண அருமையான காட்சியாக இருக்கும்...

கொஞ்ச நாட்களிலேயே குஞ்சுகளை தன் காலில் தானே சமாளிக்கும் வண்ணம் வளர்த்துவிடும்.

அதன் பிறகு தாய்க்கோழி குஞ்சுகளைக் கொத்தி விரட்ட ஆரம்பிக்கும். நேத்து வரை பாசமாய் இருந்த கோழி இன்று கொத்துகிறதே என்று நமக்குப் பார்க்க வியப்பாய் இருக்கும்.

ஆனால் கோழி, அந்தக் குஞ்சுகளுக்கு தயவு தாட்சண்யம் பார்ப்பதில்லை.

கொத்தி விரட்டி விடும்.

கூடவே இருக்கும் சேவலும் அது குறித்து அலட்டிக்கொள்வதில்லை. ஏனைய கோழிகளும் இது குறித்து விமர்சனங்கள் வைப்பதில்லை.

குறுகிய காலத்திலேயே தாயின் கடமையை முடித்துவிட்டு தனக்கான வாழ்வைத்தான் வாழ தாய்க் கோழி கிளம்பிவிடும்...

அவ்வப்போது சேவலுடன் இணை சேருவதும்கூட.

அம்மாக்களில் பறவைக்கு இருக்கும் அறிவுத் தெளிவும், சுதந்திரமும் மனுஷிகளுக்கு இல்லை என்பதே வாழ்வியல் யதார்த்தம்.

கம்மென்ட்ஸ்/ கலந்துரையாடல்:

Subhasini Thf:

வேறுபட்ட சூழலில் உள்ள தகவலைச் சொல்லலாம் எனத் தோன்றியது... ஜெர்மானிய மக்களிடையே இந்தக் கோழி போன்ற இயல்பு இருக்கின்றது. பொதுவாகவே 18 வயதுக்கு மேல் குழந்தைகள் (ஆண் பெண் இருவருமே) தனியாக தங்கள் இருப்பிடத்தைத் தேர்வு செய்து வாழ அனுமதிப்பது எனத் தொடங்கி இது சாத்தியப்படுகின்றது. ஜெர்மானிய மக்களின் குடும்ப வாழ்க்கையில் குழந்தைகள் சுயகாலில் இணையைத் தேடுவதை எப்படி பெற்றோர் விரும்புகின்றனரோ அதேபோல பெற்றோரது தனிப்பட்ட வாழ்க்கையில் குழந்தைகள் தலையிடுவதை நாகரிகமற்ற ஒரு செயல்பாடாகக் கருதுகின்றனர். தியாகத் தாயும் தந்தையும் தினம் தினம் குழந்தைகளுக்காக வாழ வேண்டும் என்ற எதிர்ப்பார்ப்பு மிகக் குறைவு. தமிழர் சிந்தனையில் தியாகம் செய்து வாழ வேண்டும் என்பது "நல்ல குணமாகப்" பார்க்கப்படுகின்றது. அதாவது தியாகம் செய்து சோகத்தில் வாழ்வதை ஏனைய மக்கள் மதிக்கின்றனர். இதை ஒரு வகையான உளவியல் பிரச்சனையாக நான் காண்கின்றேன். சினிமாக்களில்கூட தியாகம் செய்து உயிர் விடும் கேரக்டர் நன்றாகப் பேசப்படும்.

Ilangovan balakrishnan:

உங்களைப் போன்று வெளி நாடுகளின் சமூக — வாழ்வியல் முறைகளைக் கூர்ந்து கவனிக்கும் வாய்ப்பு பெற்றவர்கள், உங்களைப் போல் மனித நேயமும்கொண்டிருக்கும்போது நமது மக்களின் பண்பாடு — கலாச்சாரத்தின் சீர்கேடுகளை எளிதில் புரியவும், துணிச்சலுடன் வெளிப்படுத்தவும் முடிகிறது.

சுதந்திரப் போராட்ட காலங்களில் ஐரோப்பிய நாடுகளுக்கு சென்று படித்தவர்கள், மூட நம்பிக்கை எதிர்ப்பாளர்களாக —

சமத்துவத்துக்கு ஆதரவாளர்களாக மாறும் சீர்திருத்தவாதிகளாக இருப்பதை வரலாறு சுட்டிக் காட்டுகிறது.

ஆனால், தற்போதைய காலகட்டத்தில் வெளிநாடு சென்று வாழும் இந்தியர்கள் இங்கிருக்கும் சாதிவெறி, மதவெறி, மூட நம்பிக்கைகள் ஆகியனவற்றை நம் மண்ணின் கலாச்சாரம் என்று பொய்யாக நம்பிக்கைகொண்டு தன்னையும் கெடுத்து மற்றவர்களையும் கெடுப்பதைப் பார்த்துக்கொண்டிருக்கிறேன்.

ஒட்டுண்ணி போல் இல்லாத குழந்தை வளர்ப்பு தகுந்த பருவத்தில் குழந்தைகள் தன் காலில் நிற்க வாய்ப்புக் கொடுக்கும். பெற்றோர்களின் தனித்தன்மையும் உறுதிபடுத்தப்படும். அடுத்தடுத்த தலைமுறைகள் இன்னும் மோசமாய் போய்க்கொண்டிருப்பதையே இங்கு நான் பார்க்கிறேன்.

உங்கள் கருத்து அவர்களுக்கு விழிப்புணர்வு தரட்டும்.:)

●

18 June 2013 இறைமை

காலை நேரம். அலுவலக நண்பருடன் காரில் சென்றுகொண்டிருந்தேன்.

கார் சென்ட்ரல் ஸ்டேசனுக்கு எதிரில் உள்ள பாலத்தில் போய்க்கொண்டிருந்தது.

இடது புறம் பெரிய கிறித்துவச் சிலை ஒன்று இரண்டு கைகளையும் விரித்த நிலையில் உயர் பீடம் ஒன்றில் அமைக்கப்பட்டிருந்தது. நண்பர் அதைப் பார்த்தவுடன் பரவசமானார்.

"எவ்வளவு அன்பு, பரிவு, இறைமை... இதைப் பார்க்கும் போதெல்லாம் மனசு இலேசாயுடுது... உங்களுக்கு அப்பிடி எதுவும் ஆகுறது இல்லையா?" — என்று கேட்டார்.

உலகில் பாதிக்கும் மிகுதியான மக்களைக் கொன்று குவித்துக்கொண்டிருக்கும் வன்மம்கொண்ட மதங்களையும், மத அடையாளங்களையும் பார்த்து எப்படி பரிவாய், அன்பாய் உணர முடியும்? அமைதியாக "இல்லை "— என்று பதில் சொன்னேன்.

அப்டினா உங்களைப் பொறுத்தவரை எது இறைமை?— என்றார். "எளியவருக்கு பரிந்திடும், உதவிடும் இதயமே இறைமை"— என்றேன். சடன் ப்ரேக் போட்டு கார் நின்றது. ரெட் சிக்னல் விழுந்து விட்டது போலிருக்கிறது.

பாலத்தின் இடது புறமாக டூவீலர் ஒன்றில் வந்த பெண்மணியும் சிக்னலுக்காக காத்துக்கொண்டிருந்தார். உழைக்கும் பெண்மணியாய் இருக்க வேண்டும். காலில் செருப்பு இல்லை. வியாபாரியாகக்கூட இருக்கலாம். பெரிய மூட்டை ஒன்றை அந்த குட்டி டூவீலரின் முன்புறம் அமுக்கிச் சொருகியிருந்தார்.

பார்த்துக்கொண்டிருக்கும் போதே அவர் தலையில் காக்கா ஒன்று உட்காந்தது. "அடடா... அவர் கவனிக்கலையா... விரட்டி விடுவோமா?" என்று யோசிக்கும்போது டூவீலரின் முன்பக்கமாய் இருந்த பெரிய மூட்டையிலிருந்து ஏதோ உணவுப் பொருளினை எடுத்து — அனேகமாய் இறைச்சி வகையாய் இருக்க வேண்டும். காக்காவுக்கு கொடுக்க ஆரம்பித்தார் அந்தப் பெண்... இப்போது நான்கைந்து காக்காக்கள் அந்தப் பெண்மணியைத் தொடர்ந்து வந்து அவர் தலையிலும், தோளிலும் உட்காந்து அவர் கொடுத்ததைத் தின்றுகொண்டிருந்தன... அவர் சிரித்தவாறு உணவு ஊட்டலானார்.

நண்பரிடம் காட்டினேன்... "நீங்க சொன்ன அன்பு, பரிவு, இறைமை எல்லாத்தையும் நான் இங்கு பார்க்கிறேன்" என்றேன்.

அடுத்த சில நொடிகளில் கிரீன் சிக்னல் விழுந்து. பூந்தமல்லிச்சாலையில் எங்கள் வாகனம் ஒரு திசையிலும், அந்தப் பெண்மணியின் வாகனம் எதிர்திசையிலும் விரைந்து மறைந்தன.

கம்மெண்ட்ஸ்/ கலந்துரையாடல்:

Murali Bagalur:

வேறு ஒரு உயிரை கொன்று அதன் இறைச்சியை வேறு ஒரு உயிருக்கு கொடுப்பது என்னே ஒரு அன்பு...!!

Ilangovan balakrishnan:

உணவுக்காக உலகின் அத்தனை உயிர்களும் இன்னொரு உயிரைக் கொன்றுதான் வாழ்கின்றன.

தாவர— விலங்கு உயிர்க் கொலை செய்யாமல் உலகில் ஒரு உயிரும் ஒரு வினாடிகூட வாழ முடியாது.

சைவம் என்பது போலித்தனம். ஒரு காலத்தில் அறிவுக் குறைவினால் சமண— பௌத்த மதங்களால் உருவாக்கப்பட்டது. அந்த அறிவுக் குறைவினை இந்துக்கள் தனது மேட்டிமைதனத்தை காட்டிக்கொள்வதற்கும் சக மனிதர்களை இழிவு படுத்துவதற்கும் இன்று பயன்படுத்துகிறார்கள்.

இந்து மதத்தின் இலக்கே சக மனிதனை இழிவு படுத்துவது என்பதால் "சைவம்" — என்னும் முட்டாள்தனம் அவர்களுக்கு பொருத்தமாய் அமைந்து போய்விட்டது.

ஜோ சித்தன்: காக்காக்கு சாப்பாடு கொடுப்பதா பதிவு

(எளியவருக்கு பரிந்திடும், உதவிடும் இதயமே இறைமை)— கிறித்துவும் இதையே செய்தார்.

Ilangovan balakrishnan:

புத்தர்கூட சிலை வழிபாடுகூடாதுன்னு சொன்னார். உலகத்திலேயே பிரம்மாண்டமான சிலைகள், உலகத்திலேயே அதிகமான சிலைகள் அவருக்குத்தான் வச்சிருக்காங்க.

புத்தருக்கும், புத்திசத்துக்கும் ஒரு சம்பந்தமும் கெடையாது.

அப்பிடித்தான் கிறித்துக்கும், கிறித்துவத்துக்கும் ஒரு சம்பந்தமும் கெடையாது.

இது எல்லா மதத்துக்கும் பொருந்தும்.

Karambayam R chandrasekar:

நீங்கள் பாரத்த அந்த, அன்பையும் பரிவையும் இறைமையும் தன்னகத்தேகொண்ட அந்த பெண்மணியை நீங்கள் சிலை வடிவத்தில் நாளை பார்த்தால்... அப்போது உங்கள் மனநிலை எப்படி இருக்கும்?

Ilangovan balakrishnan:

நல்ல தன்மையை சிலை வடிவத்தில் மட்டுமல்ல நபர் வடிவத்திலும் பார்ப்பதும் அபத்தம்தான்.

தன்மையை தன்மை வடிவத்தில் பார்க்கப் பழகுங்கள். இந்தச் சிக்கல் வராது.

தனிமனிதத்துதியும், அதைத்தொடர்ந்த சுரண்டல்களும் இல்லாத சூழல் உறுதிப்பட வாய்ப்பாகும்.

Karambayam R Chandra Sekar:

நீங்கள் உங்கள் நண்பருக்கு "இல்லை" என்று பதில் சொல்லும்போது, அதன் பின்னணியாக உங்கள் மனநிலயை நீங்கள் விவரிக்க முற்படுகையில், ஒரு பகுதி மக்களின் நம்பிக்கையின்படி அன்பும் பரிவும்கொண்ட கிறித்துவ சிலையை, 'வன்மம்கொண்ட மத அடையாளம்' என்று நீங்கள் பார்ப்பதாக உரத்த குரலில் ஓங்கி ஒலிப்பது அடுத்தவர்களின் நம்பிக்கைக்கு அல்லது உணர்வுகளுக்கு, உங்கள் தகுதிக்கு ஏற்ப நீங்கள் மதிப்பு அளிக்க வில்லை என்றே பொருள் என்று நான் பார்க்கிறேன்.

Ilangovan balakrishnan:

பிள்ளையார் சிலையை கடக்கும் அப்துல்லா, இறைமையை பிள்ளையாரிடம் பார்க்கவில்லை என்கிறான்.

ஏசு சிலையை கடக்கும் ராமகிருஷ்ணன் இறைமையை ஏசு சிலையில் பார்க்க வில்லை என்கிறான்.

இவர்கள் இருவரும் முறையே பிள்ளையார், ஏசுவை "அவமதிப்பதாக" சொல்வீர்களா?

மாட்டீர்கள் என்றால் எனக்கு இறைமையாய் தோன்றாத ஒரு விசயத்தை நான் இல்லை என்று சொல்வதால் அது "அவமதிப்பாய்" எப்படி ஆகும்?

உலகில் மனிதக் கொலைகள் பாதிக்கும் மேல் நடை பெற்றது மதத்தாலும், மத அடையாளங்களாலும் என்பது வரலாற்று, அறிவியல் உண்மை.

எனது இறைமையை அடையாளம் காண்பதற்கு இந்த உண்மை உதவினால் அது அந்த அடையாளங்களை "அவமானப்படுத்துவதாய்" — எப்படி ஆகும்?

கும்பல் கும்பலாய் அப்பாவி மனிதர்களைக் கொலை செய்யும் உபகரணங்களை நீங்கள் புனிதம் என்று போற்றிப் புகழ்வீர்களாக்கும்?

அவமானப்படுத்துவதாய் — விமர்சிப்பதாய் சொல்லும் உங்கள் வார்த்தைகளில் அறிவுக்கும், மனிதத்துக்கும் எதிரான வன்முறையை மட்டுமே பார்க்க முடிகிறது.

●

3 July 2015 பாபநாசம்

திருஷ்யம் — திரைப்படம் வெளி வரும் போதே கேட்க வேண்டும் என நினைத்தேன். கேட்கவில்லை. ஆனால் பாபநாசமும் வந்து விட்டதால் இன்னும் நாசமாவதற்கு முன் கேட்டே ஆக வேண்டும்.

என் மகளின் "கற்பு"க்கு ஒரு கயவனால் குந்தகம் ஏற்பட்டதாக நாலு பேருக்கு தெரிய வரும் சூழல் வந்தால் அதிலிருந்து நான் தப்பிப்பது எப்படி?

ஒரு கால கட்டம் வரை என் மகள் தற்கொலை செய்வதோ— விபத்தில் சாவதோதான் ஒரே வழியென்று எல்லா திரைப்படங்களிலும் காட்டிக்கொண்டிருந்தார்கள்.

இப்போது வளர்ந்து விட்டார்கள்.அந்தக் கயவனைக் கொலை செய்வதே "புரட்சி" என்று நம்புகிறார்கள் போலும்.

செல்போன் கேமராவும், உளவுக் கேமராவும் குறைந்த விலையில் எளிதாகக் கிடைக்கும் தொழில் நுட்ப சூழலில் இன்று நாம் வாழ்ந்துகொண்டிருக்கிறோம்.

நெருக்கடியான நகரங்களில் பெண்களின் அங்கங்களை ஆபாசமாகவோ, ஏன் மறைந்திருந்து நிர்வாணமாகவோ படமெடுப்பது — வீடியோ எடுப்பது ஈனபுத்திக்காரர்களுக்கு இன்றைக்கு முடியவே முடியாத காரியம் ஒன்றும் கிடையாது.

அப்படி எடுக்கப்படும் சூழல் வரும் போதெல்லாம் தனது கற்பு பற்றிய அவதூறிலிருந்து காக்க அவள் கொலையோ — தற்கொலையோதான் செய்தாக வேண்டும் என்று இனியும் நாம் வற்புறுத்திக்கொண்டிருக்கப் போகிறோமா?

எந்தத் தவறுமே செய்யாத என் மகள் இன்னொருத்தன் செய்யும் ஆபாசக் காரியத்துக்காக எதற்காக தற்கொலையோ, கொலையோ செய்தே ஆகவேண்டும் என இச்சமூகம் வற்புறுத்துகிறது?

"நிர்வாணமாய் உன்னைப் படமெடுத்துவிட்டேன். எனவே, என் இச்சைக்கு எல்லாம் நீ அடிபணிய வா"— என மிரட்டும் காமுகர்களிடம் "முடியாது. வேண்டியதைச் செய்து கொள்" — என்று முகத்தில் அடித்தாற்போல் சொல்லிவிட்டு அலட்சியமாய்

இதனைக் கடந்து செல்லும் துணிச்சல் வேண்டாமா நம் பெண் குழந்தைகளுக்கு?

அப்படி ஒரு பெண் குழந்தை துணிச்சலுடன் கிளம்பினால் இந்த ஒட்டுமொத்த சமூகமும் அந்தத் தூயவளுக்கு துணை நிற்க வேண்டாமா?

இது சாத்தியப் படும்போது எந்தக் கயவனாலும் தவறே இழைக்காத எந்தப் பெண்ணையும் ப்ளாக் மெயில் பண்ண முடியாதே!

இதை விட்டு விட்டு பாதிக்கப்பட்ட என் மகளுக்கு என்னிடம்கூட பாதிப்பைச் சொல்ல முடியா அளவிற்கு குற்ற உணர்ச்சியை ஏற்படுத்துவது எந்த வகையில் நியாயம்?

எளிதான — நிரந்தரமான இந்தத் தீர்வினை விட்டுவிட்டு என்னத்துக்கு வினாடிகள் தோறும் பயந்து சாகும் ஒரு கேடு கெட்ட சமூகப் பொதுவெளியை நமது பெண்களுக்கு நாம் தந்தேயாக வேண்டும் என்று வற்புறுத்திக்கொண்டிருக்கிறோம்?

“வீட்டை விட்டு வெளியே வராதீர்கள். ஆண்துணை இல்லாமல் எங்கும் செல்லாதீர்கள். இரவு நேரத்தில் எங்கும் தங்காதீர்கள்” — என்று பெண்ணின் செயல்பாட்டுக்கு — வளர்ச்சிக்கு — உயர்வுக்கு மிரட்டித் தடைபோடும் மறைமுக ஆணாதிக்கத்தின் அப்பட்ட வெளிப்பாடே அல்லாமல் வேறென்ன இது போன்ற பயமுறுத்தல்கள்?

நடுத்தரக் குடும்பத்தின் குறுகலான விழுமியங்களை தகர்த்து விழிப்புணர்வு தருவதற்குப் பதிலாக அவற்றைப் புனிதம் என்றும் நியாயம் என்றும் பிம்பப்படுத்தி எல்லா தரப்புப் பெண்களுக்கும் பொதுவானதாக மாற்ற முனையும் இது போன்ற கலைப்படைப்புக்கள் பாலினச் சமத்துவத்துக்கும், மனித உரிமைக்கும் எதிரானதல்லவா?

நாணமும் அச்சமும் நாய்கட்கு ஆனது தானே. அதையா இனியும் கொடுக்கப் போகிறோம்?

“பாதகம் செய்பவரைக் கண்டால் நீ பயம் கொள்ளல் ஆகாது பாப்பா

மோதி மிதித்து விடு பாப்பா அவர் முகத்தில் உமிழ்ந்துவிடு பாப்பா”

— என்ற வீரத்திற்கான— விவேகத்திற்கான உத்திரவாதத்தை நாமும் நம் சமுதாயமும் எப்போது நம் பெண் குழந்தைகளுக்குக் கொடுக்கப்போகிறோம்?

கம்மென்ட்ஸ்/ கலந்துரையாடல்:

Prabhakar Sivasubramaniam: செம்மையான பதிவு மச்சி

அப்படி படம் எடுப்பவன்தான் கூனிக்குறுகனுமே தவிர பாதிக்கப்பட்ட பெண் ஏன் மருகி நிக்கனும்?

Vikkranth Uyir Nanban: இதுதான் சிறந்த தீர்வு... மாற்றம் நம் மனதில் வேண்டும்

Jo Dave: Hats off இளங்கோ. (y)

*மறைத்து வைக்கப்பட்ட வெறும் அங்கங்களிலா என் ஆளுமையும், சுயமரியாதையும் இருக்கிறது என்ற கேள்விகள் எழவேண்டும். எவனோ ஒருவன் தினவெடுத்து செய்த செயலுக்கு நான் எப்படி பொறுப்பாக முடியும்? என்று தைரியமாக கேள்வி கேட்க வேண்டும்.

Palanivel Manickam: தெருவில் எதையோ காலில் மிதித்துவிட்டு காலம் முழுவதும் குற்ற உணர்வில் குறுகி நிற்கமாட்டோமல்லவா, இதனை அதுபோல உதாசீனப்படுத்திவிட்டு அடுத்த வேலையைப் பார்த்து வருங்கால பெண்கள் நடைபோடுவதே சிறந்தது.

Sasi Kumar S: பெரும்பாலும் தப்பு செய்றவன் யாரும் பயப்படுறதில்ல பாதிக்கப்படுறவங்கதான் பயப்படுறாங்க அதுதான் கொடுமை... நீங்க சொல்லுற துணிச்சல் பெண்களுக்கும் அத ஏத்துகிற பக்குவம் ஆண்களுக்கும் உருவானா கண்டிப்பா சமுதாய பார்வையும் மாறும்.

Shanmuga Vadivu: அருமையானதொரு பதிவு இளங்கோ... இந்த மாற்றம் எல்லோரோட மனசிலேயும் வரணும். புதிர்ன்னும் புனிதம்னும் சொல்லிப் பூட்டி வச்சு வேடிக்கை பாக்காம, சிறகொடிச்சுச் சீரழிக்காம, “வா... இது நமக்கான உலகம்... செத்து செத்து வாழாமல்... வாழ்ந்து சாவோம் வா... “ன்னு கை கோர்த்துப் போற காலம் வரணும்... வரும்... அன்பும் நன்றியும் நண்பரே...:)

*Kamali Panneerselvam: நானும் இப்படியே யோசிப்பேன். நிர்வாணமாக ஒரு பெண்ணை படம் எடுத்தவனுக்கு இல்லாத குற்றவுணர்வு எடுக்கப்பட்ட பெண்ணுக்கு எதற்கு... இதுபோலவே ஒரு பெண்ணின் பாலியல் பேச்சுகளை அல்லது எவரிடமாவது மனம் நெகிழ்ந்து பேசிய பேச்சுகளை வெளியிடுவேன் என்று சொன்னால் பெண் ஏன்தான் உத்தமி என்று நிரூபிக்க இவ்வளவு மெனக்கெடுகிறாள்... என் விருப்பம் பேசினேன், சிம்ப்ளி போங்கடா என்று பெண்கள் உதறி எழுந்து நிற்கும் வரை இந்த மிரட்டல் வேறு வேறு ரூபத்தில் தொடர்ந்துகொண்டே இருக்கும்... இதற்கும்

பெண்ணேதான் பெண்ணுக்கு எதிரி என்று கச்சை கட்டிகொண்டு வருவர் ஆண்கள் என்னவோ வாயே திறப்பதில்லை என்பதுபோல. ஆம் பெண்கள் பயத்தாலும் இந்த சமூகம் தன்னை கேவலமாக நினைத்து விடுமோ என்று பயந்தும் இந்த உலகத்துக்கு தன்னை உத்தமியாக காட்டி கொள்ள வேண்டிய நிர்பந்தத்தாலும் பிற பெண்களை தூற்றுகின்றனர். முன்பு எல்லாம் இந்த பெண்கள்மீது எனக்கேகூட கோபம் இருந்தது. இப்போது பாவம் அவர்கள் என்று பேசாமல் கடந்து விடுகிறேன்.

*Vijayaraghavachari Parthasarathy அப்படிப்பட்ட அயோக்கியர்களை அடுத்தவர்கள் கண்ணெதிரிலேயே நடுவீதியில் அழித்து ஒழிக்கும் வலிமையையும் துணிவையும் நாம் நமது பெண்களுக்குக் கொடுக்கத் தவறியதன் விளைவே இப்படிப்பட்ட ஈனர்களில் கொட்டம் வளர்வதற்குக் காரணம்.

*Ilangovan Balakrishnan: இவ்வளவு ஆக்ரோசமடைய ஒன்னுமில்லை.பாதிக்கப் பட்ட பெண் குறித்து ஒருபோதும் இகழ்வோ, பரிதாபமோ துளியும் இல்லாமல் எல்லோரும் அவரவர் வேலையைப் பார்த்த படி கடந்து போங்கள்...

* Saravanan Balasubramanian பிராக்ட்டிக்கலா இப்போ' நம்ம சமூகத்துல சாத்தியம் இல்லன்னுதான் தோணுது அண்ணே...

மச்சி அதை எனக்கு பார்வட் பண்ணு. இதான் முதல் வார்த்தையா இருக்கும்.,

இதுல யாரை குறை சொல்ல...

*Ilangovan Balakrishnan மச்சி அதை எனக்கு பார்வர்ட் பண்ணு — என்ற சம்பவங்களைக் கண்ட்ரோல் பண்ணும் பவர் நம் கையில் இல்லை.

தப்பே செய்யாத குழந்தை குற்ற உணர்ச்சி அடையாவண்ணமும், நடந்து விட்ட சம்பவத்திற்காக மென்மேலும் ப்ளாக்மெயில் பண்ணப்படாமல் காக்கும் வண்ணமும் செயல்படும் தன்மை நம் கையில் இருக்கிறது.

Vidhya Sagari நல்லா சொன்னீங்க தோழரே சரியான சாட்டையடி சமுதாயம் மாறனும்னுதா ஒவ்வொருத்தரும் நினைக்கிறாங்க நாமதா அதுங்கிறது புரியாம ஒரு பொண்ண profile pic போடாதே அதை miss use பன்னுவாங்கனு பயமுறுத்தறோம் அதுவும் தா நடக்குது photo வுக்கே இப்படீனா videoவுக்கு அத எதிர்த்து கேக்கவோ கேக்கிறவங்கள ஊக்குவிக்கவே யாரும் தயாரா இல்ல அதை எப்படி பார்கனும்னு புரிதல் இல்ல இது அந்த ஈனர்களுக்கு வசதியா போயிடுது

*Sekar Krishnasamy: விபத்தில் மாட்டிக்கொண்டால் எப்படி நம் பிள்ளைகளைக் கவனிப்போமோ அப்படிதான் இந்த விஷயத்தில் நாம் நம் பிள்ளைகளுக்கு ஆதரவாக நடந்து கொள்ள வேண்டும்

*Arul Moorthy சரி உங்கள் பெண் நிர்வாண படத்தை காட்டி பணம் கேட்டு ப்ளாக் மெயில் செய்தால் இன்டர்நெட்ல போட்டுக்கோ என கூறி பணம் தர மறுப்பீர்களா?

ஆம் என்றால்...! மன்னிக்க இங்கு உள்ள சமுதாய சூழலில் வாழும் தந்தையர்கள் தங்கள் அளவுக்கு மனோதிடம் அற்றவர்கள்...

*Arul Moorthy K யார் மனதையும் புண்படுத்த வேண்டும் என நினைக்க வில்லை. புண்படுத்தும் வண்ணம் இருந்தால் மன்னிக்க. ஆனால் என் கருத்து சமுதாயத்தில் உள்ள நிதர்சனம்

Umar Farooq நீங்கள் பெண்ணுக்கு துணிச்சல் வேண்டுமென்று கூறுவது 200%சதவீதம் சரிதான்... ஆனால் நீங்கள் சொல்லும் லாஜிக் எனக்கு சரியாக தோன்றவில்லை

Ilangovan Balakrishnan //ஆனால் நீங்கள் சொல்லும் லாஜிக் எனக்கு சரியாக தோன்றவில்லை.//

வாசிப்பவர்கள் அனைவருக்கும் என் லாஜிக் சரி எனப்படவேண்டும் என்ற எதிர்பார்ப்பில் நான் எழுதுவதில்லை Umar Farooq.

ஆபேரி ஆலிஸ் மொழி தெரியலனா நாம சொல்றது புரியாததுக்கு ஒரு அர்த்தம் இருக்கு... தெரிஞ்சும் புரியலனா அதுக்கு வேற காரணம். வளர்ச்சியின்மைக்கு நாம என்ன பண்றது? பரிதாபப்பட்டு விட்ரவேண்டியதுதான். துப்பிட்டு போவட்டும் பாவம்.

இந்த பொண்ணுங்க, தன்னோட நிர்வாணப்படம் வெளிவந்ததாலதான் தற்கொல பண்ணிக்கிறாங்கனு எல்லாரும் நெனைக்றாங்க...

ஆனா உண்மைலயே, பக்கமக்கம் மற்றும் பெற்றோர் என்ன நெனைப்பாங்களோ / சொல்லுவாங்களோனு பயத்துலதான் இந்த கேனத்தனமான முடிவ எடுத்துடறாங்க...

கொலை நடந்ததுக்கு இவங்க எல்லாரும்தான் ஒரே காரணம் இளா சார். புடிச்சி உள்ளப்போடவேண்டியது, வளர்க்க தெரியாத பெற்றோரயும், வாய அடக்காத அக்கம்பக்கத்தையும்தான்.

இந்த ஃபோட்டோ யாரையும்/எதயும் பாதிக்காதுனு தெரிஞ்சா, எவனும் இத ஒரு ஆயுதமாவே எடுக்கமாட்டான்...

அட்டக்கத்திக்கு பயந்து புள்ளைய கொல பண்ண கத இது...

இவங்களோட ஒன்னுத்துக்கும் உதவாத பரிதாபமும், ஓவர் எமோஷனும், காப்பாத்துறேன் பேர்வழினு கொலைய நியாயப்படுத்றதும் கோவத்ததான் வரவைக்குது. Utter waste.

●

3 September 2014 ஆணின் சொத்து அல்ல பெண்

பெண்ணை, குறிப்பாய் பெண்ணின் உடலை ஆணின் சொத்துக்களில் ஒன்றாக கருதும் மதவாதிகளின் மனோபாவமே அடிப்படையில் எல்லாச் சிக்கல்களுக்கும் காரணமாய் இருக்கிறது.

ஒன்றரை இலட்சம் ஆண்டுகளாக இந்த மண்ணில் ஹோமோசெபியன் எனப்படும் மனித குலம் தோன்றி வளர்ந்ததற்கான சான்று இருக்கிறது.

ஆக, ஒன்னரை லட்சம் ஆண்டுகளாக என் குடும்பத்து சகோதரிகளும், உங்கள் இஸ்லாமிய குடும்பத்து சகோதரிகளும் இரத்த உறவுகள்தான். சகோதரிகள்தான்.

இஸ்லாம் மதம் தோன்றிய வெறும் 2000 ஆண்டுகளுக்குள் வெவ்வேறு விதமான மத நம்பிக்கைகளை நீங்கள் பின்பற்றத் தொடங்கியதால் மட்டும் அந்த ஒன்னரை இலட்ச ஆண்டு ரத்த உறவு கிடையாது என்று விட்டுப் போய்விடுவதில்லை.

மத உணர்வின் காரணமாய் அரபுப் பெண்களுக்கு உங்கள் வீட்டுப் பெண்கள் இவர்களைக் காட்டிலும் நெருக்கம் என நீங்கள் நினைத்தால் அது அபத்தம்.

அது ஒரு புறம் இருக்கட்டும்.

பெண்ணை சக ஜீவனாகப் பார்க்காமல் ப்ராபர்ட்டியாக மட்டுமே பார்க்கப் பழக்கப்படுத்தியிருக்கும் மதவாதிகளால் மட்டுமே இப்படிச் சொல்லமுடியும்

//உங்கள் வீட்டு பெண்களின் அழகை அடுத்தவர்களுக்கு காட்டி கொள்ளுங்கள்// என்று.

காரணம் நீங்கள் நினைக்கிறீர்கள் பெண் உடல் உங்கள் சொத்துக்களில் ஒன்றாக கருதப்படுவதுபோல மற்றவர்களுக்கும் அவர்களுடைய சொத்துக்களின் வரிசையில் ஒன்றாக மட்டுமே கணக்கில் வரும் என்று.

உண்மையில் அவர்கள் சொத்துப் பட்டியலின் அங்கம் அல்ல. அவர்கள் மனுஷிகள்.

அவர்கள் அழகை காட்டுவது குறித்த தீர்மானங்களை ஆண்களாகிய நாங்கள் எடுக்க முடியாது. எடுக்கவும்கூடாது.

ஆக, உனது சொத்தை நான் கொள்ளையடிப்பேன். எனது சொத்தை நீ கொள்ளையடிக்காமல் தடுப்பேன் என்ற ரகத்திலான மதவாதிகளின் சிந்தனையில் அடங்கியிருக்கிறது எல்லா சிக்கலும்.

எங்களால் அப்படி நினைக்கவோ சொல்லவோ முடியாது. ஒன்றரை லட்சம் ஆண்டிலான சகோதர உறவு காரணமாய் எங்கள் சகோதரிபோலவே உங்கள் சகோதரியையும் நினைக்கிறோம்.

அந்த உணர்வின் — சிந்தனையின் அடிப்படையில் எங்கள் கருத்து அமைவதால் அடிப்படையிலே இரு தரப்பார் முன் வைக்கும் விவாதங்கள் பொருந்திப் போவது சாத்தியப்படாமல் போய் விடுகிறது.

பெண்ணை மனுஷியாகப் பார்க்கும் பயிற்சியை மதவாதிகள் பெறாத வரை அவர்களுக்குதான் நடத்திக்கொண்டிருக்கும் அடிமை வாழ்வினைப் பற்றிய புரிதலுக்கான வாய்ப்பு ஒருபோதும் கிடைக்கப் போவதில்லை.

●

29 December 2014

சூத்திரனும், ப்ராமணனும் தீண்டாமை வடிவங்களே

தீண்டாமை ஒரு குற்றச்செயல்... சரி.

இந்தியச் சட்டத்தின் படி சூத்திரன், பள்ளன், பறையன் என்று விளித்தால் தண்டனைக்குரிய செயல்... ரொம்ப சரி.

வர்ணாசிரமம் சொல்லும் நால்வகைப் பிரிவு சக மனிதனைக் கேவலப்படுத்துவதால் இது இந்தியச் சட்டத்திற்குப் புறம்பானது... ரொம்ப ரொம்ப சரி.

சூத்திரன் என்பது தீண்டாமை வடிவமாவது எப்படி?

ஒரு மனிதனைக் காரணம் இல்லாமல் பிறப்பினைச் சொல்லி, இழிவு படுத்துவதால் இது தீண்டாமையின் வடிவம் ஆகிறது... இது மறைமுகமாக மற்ற மனிதர்களை காரணம் இல்லாமல் பிறப்பினைச் சொல்லி உயர்வுபடுத்துவதாலும் இது தீண்டாமையின் வடிவம் ஆகிவிடுகிறது.

இப்படி, சூத்திரன் என்பது தீண்டமை வடிவம் என்றால் ப்ராமணன் என்பது மட்டும் தீண்டாமை வடிவம் இல்லையா என்ன?

ப்ராமணன் என்பது தீண்டாமை வடிவமாவது எப்படி?

பிறப்பினைச் சொல்லி, காரணம் இல்லாமல் ஒரு மனிதனை உயர்வு படுத்துவது, மறைமுகமாக பிறப்பினைச் சொல்லி காரணம் இல்லாமல் அவன் தவிர்த்த மற்ற மனிதர்களை இழிவு படுத்தும் காரியம் தவிர வேறென்ன சாதனையை சாதித்துக்கொண்டிருக்கிறது?

ஆக, சூத்திரன் என்பது மட்டுமல்ல, ப்ராமணன் என்பதும் அப்பட்டமான தீண்டாமையின் வடிவம்தான்.

சக மனிதன்மீது காரணமே இல்லாமல் கேவலப்பொருள் தரும் சூத்திரப் பட்டத்தை நீக்குவதுபோல சக மனிதன்மீது காரணமே இல்லாமல் புனித முதன்மைப் பொருள் தரும் ப்ராமணப் பட்டத்தையும் நீக்கினால் மட்டும் தானே அது சமத்துவத்துக்கும், சமூக நீதிக்கும் வழியாய் அமையும்.

ப்ராமணன் என்ற சொல்லையும், வழக்காறையும், சூத்திரன் என்ற சொல்லை ஒழிப்பது போல் ஒழிப்பதோடு, ப்ராமணன்போலவே ஆதிக்க ஜாதி என்ற சிந்தனையோடு புழக்கத்தில் இருக்கும் அத்தனை ஜாதி அடையாளங்களையும்கூடவே ஒழித்தாக வேண்டும்.

இந்த அடிப்படைப் புரிதல்கூட இல்லாமல்கொண்டு வரப்படும் அரைகுறைச் சட்டங்களால் தீண்டாமையை ஒழிக்கும் பலன் என்ன இருக்க முடியும்?

6 February 2015

செல்க்டிவ் அம்னிசியா நோயாளிகள்போலவே பேசுவார்கள் மதவாதிகள்.

வசதிபோல் கள்ள மௌனம் சாதிக்கவும், காணாதது போல் கடந்து செல்லவுமான சுய நலத்தை மட்டுமே அவரவர் மதம் அவரவருக்குக் கொடுத்திருக்கிறது.

இந்து மதத்தில் ஒரு உதாரணம் சொல்கிறேன்.

நால்வகை வர்ணப்பிரிவு (சாதிப்பிரிவு) பிறப்பினால் வருவதல்ல. அவரவரின் செயல் தன்மையினால் பிராஹ்மனன், ஷத்ரியன், வைசியன், சூத்திரன் என்பது தீர்மானிக்கப்படுகிறது என வேதம் சொல்கிறது.

எங்கே வரலாற்றில் ஒரு நபரைச் சொல்லுங்கள். பிறப்பால் பிராஹ்மனனாய் பிறந்து மட்டமான செயலால் சூத்திரனாவோ, வைசிகனாகவோ மாறியவன் பெயரை...

அதுபோல பிறப்பால் சூத்திரனாய் பிறந்து உயர் செயலால் ஷத்திரியனாவோ, பிராஹ்மனனாவோ மாறிய ஒருத்தன் பெயரை...

இல்லையே... பின்னர் என்னத்துக்கு இந்தப் பித்தலாட்டம். வேதம் சொல்வதை அப்படியே கேட்கும் பிடுங்கிகளாக இந்த மதவாதிகள் இருந்தால் வர்ணம்/சாதி என்பதே பிறப்பின் அடிப்படையில் கிடையாது என்றல்லவா தூக்கிப் போட்டிருக்க வேண்டும்...

செய்தார்களா?

செய்ய மாட்டார்கள். ஏனென்றால் மதமும், மத நூலும் சுரண்டல்காரர்களின் வசதிக்காக எழுதப்பட்டு வசதிக்காக பொருள் கொள்ளப்படுபவை.

மதத்தில் சுயநலம் மட்டுமே தம்ப் ரூல்

எனவேதான் சொல்கிறேன்.

சுய நலப்பிண்டங்களால் உருவாக்கப்பட்ட மதம், சுய நலப் பிண்டங்களை மட்டுமே உருவாக்கவும் செய்கிறது. — என்று.

●

15 February 2016 வாழ்க்கைத் துணை

உங்களுக்கு பருவ வயது வரும் காலத்தில் உங்களுக்கான துணையை நீங்களே தேர்ந்தெடுக்கவில்லையா?

பாவம், உங்களை உங்கள் பெற்றோர்கள் வளர்த்த விதம் சரியில்லை.

போகட்டும்.

நீங்களாவது உங்கள் பிள்ளைகளை சரியாக — முழுமையாக வளருங்கள்.

அவர்கள் துணையை அவர்களே தேர்ந்தெடுக்கும் ஆளுமை அவர்களுக்காவது கிடைக்கட்டும்.

குழந்தமை அனுபவிக்க வேண்டியது குழந்தையின் உரிமைபோல, தன் துணை தேடி வாழ்க்கை அமைத்துக் கொள்வது பருவ வயது வந்தவர்களின் உரிமை.

பெற்றோர்களின் தலையீடு அபத்தம்.

சங்க இலக்கியத்தில் ஆணும், பெண்ணும் தானே தன் துணையை தேர்ந்தெடுப்பதாகவே வாழ்வியல் அமைந்திருக்கிறது.

மேற்கத்திய நாடுகளிலும் இந்த நாகரிக வாழ்வினைக் காண முடிகிறது.

எனவே பெற்றோர் பார்த்து வைத்து, அவர்கள் நடத்தும் திருமணம் என்பது கேவலமானது என்று கருதும் மனோ நிலை வேண்டும்.

அரேஞ்சுடு மேரேஜ் என்பது இளஞ்சோடிகளில் முதலிரவு அறைக்குள் பெற்றோர்களும் போய் படுத்துக் கொள்வதற்கு சமமானது.

●

13 February 2015 ஆதலினால் காதல் செய்வீர்

தனக்கு அரேஞ்சுடு மேரேஜ் ஆயிட்டதால் அதைத் தூக்கிப் பிடித்தே ஆகவேண்டும் என்ற நிர்பந்தத்தில் இருப்பவர்கள்...

சாதி— மதம் என்னும் கழிசடைகளை உண்மை என்று நம்பிக்கொண்டிருப்பவர்கள்...

சொத்து சேர்த்துக் குவிக்கும் மனோ நோய்க்கு உட்பட்டவர்கள்...

வாரிசுகளை ஓவர் பேரண்டிங் பண்ணி சுய காலில் நிற்க விடாமல் கெடுப்பவர்கள்...

சினிமாக் காதலுக்கு — அடுத்தவர் காதலுக்கு மட்டும் உருகி, அதே காதல் தன் வீட்டுக்குள் நுழையும்போது மட்டும் ஆக்ரோசமாய் மாறும் ஸ்ப்லிட் பர்சனாலிடிகள்...

இது போன்ற வகையறாக்களாய் இல்லாமல் இயல்பாக சிந்திக்கவும், வாழவும் துணிச்சல்கொண்ட மிகச் சிலர் மட்டும் ஒப்புக் கொள்ளும் வாழ்வியல் உண்மை இது.

ஒரு பெண்தான் தேர்ந்தெடுத்த துணையுடன் தன் வாழ்வை அமைத்துக் கொள்வதற்கு சங்க இலக்கியத்தில் “உடன் போக்கு” — என்று பெயர்.

இது தமிழர் கலாச்சாரத்தின் இன்றியமையா அங்கம். இதற்கு “ஓடிப் போதல்” — என்று பெயர் கொடுப்பது பெயர் கொடுப்பவரின் தகுதியை நிர்ணயிக்கும் தன்மையினதாகும்.

பெற்றோர் பார்த்து வைக்கும் பையன் எல்லாம் உருப்படியானவன் என்றால் எதற்கு பல்லாயிரக்கணக்கான விவாகரத்து வழக்குகள் கோர்ட்டில் தேங்கிக் கிடக்கின்றன?

ஆக, உருப்படதாவன் அமையவேண்டுமென்றால் “ஓடித்தான்” போகவேண்டும் என்பதில்லை. நீங்கள் பார்த்து வைக்கும் லட்சணத்திலும் உருப்படாதவன் அமையலாம்.

தகுந்த வயது வந்ததும் தனக்கான துணையைதான் தேடிக் கொள்வதே உயிரின் இயல்பு.

இந்திய மனித குலம் மட்டும் அதற்கான தகுதி இல்லாமல் சவலைப்பிள்ளைகளாக வளர்க்கப்படுகிறார்கள்.

ஹார்மோன்களின் ஈர்ப்பு இல்லாமல் கடனே என்று காமம்கொண்டு பிள்ளை பெற்றுப் போடும் அவலம் இங்கு மட்டுமே இன்னும் தொடர்ந்து வருகிறது.

பெற்றோர்கள் பார்த்து வைக்கும் திருமணம் என்பதே அப்பட்டமான சமூக வன்முறைதான்.

அங்கு ஆகப் பெரும்பான்மை சாதி ஒழிப்புத் திருமணமாய் அமைவதில்லை. இதன்மூலம் சாதி என்னும் சமூக வன்கொடுமையை இந்த அகமணமுறை தூக்கிப்பிடிக்கிறது.

ஆகப் பெரும்பாலும், வரதட்சனையே,— பணமே திருமணத்தை தீர்மானிக்கும் சங்கதியாக இருக்கிறது. அந்த வகையில் பெற்றோர் பார்த்து வைக்கும் மணம் என்பது வரதட்சணை என்னும் சமூக குற்றத்துக்குத் துணைபோகிறது.

சொத்தைக் காக்கும் சங்கதியாக இருக்கிறது. வாரிசுகளுக்கு சொத்தைக் கொடுத்து சொத்தையும் கெடுத்து, வாரிசையும் கெடுக்கும் துர்சிந்தனைக்கு இடம் தருகிற்து.

இங்கு அந்தஸ்து, செல்வாக்கு என்பது முன்னிலைப் படுத்தப்படுவதால் பெண்ணின் விருப்பம் என்பது பெரும்பாலும் திணிப்பாகவே அமைந்திருக்கிற்து. எனவே பெண்ணுரிமை மீறல், தனி மனித உரிமை மீறலுக்கு காரணமாய் அமைகிறது.

ஒரே உறவுக்குள், சாதிக்குள் முடித்துக்கொண்டிருப்பதால் ஆரோக்கியமற்ற சந்ததிகள் உருவாவதற்கு காரணமாய் இருப்பதால் எதிர்காலத்தலைமுறை மொத்தமுமே ஆரோக்கியமில்லாமல் போக வழி வகுக்கிறது.

தனக்கான துணையைத் தேர்ந்தெடுக்கும் தகுதி இல்லாமல் வளர்க்கப்படும் பிள்ளைகள் காலம் முழுக்க அடுத்தவர்கள் சொல்வதைக் கேட்டு வாழும் எடுப்பார் கைபிள்ளைகளாகவே பிழைத்து வாழ்க்கையை முடித்துக் கொள்கிறார்கள்.

அவர்கள் வளர்க்கும் பிள்ளைகளின் தரமும் அந்த லட்சணத்திலேயே பெரும்பாலும் அமைந்துவிடுகிறது.

ஆதலினால் காதல் செய்வீர்!

●

10 March 2015 தாலியும் ஜாதியும்

ஜாதியும், தாலியும் தமிழனுக்கு இல்லை.

சங்க இலக்கிய காலத்தில் ஜாதியும் இருந்ததில்லை; தாலியும் இருந்ததில்லை.

வள்ளுவர், இளங்கோ காலத்திலும் ஜாதியும் கிடையாது தாலியும் கிடையாது.

ஏன்? மகேந்திரபல்லவர், நரசிம்ம பல்லவர் காலத்திலும் தமிழ் மண் ஜாதியில்லாமல், தாலியும் இல்லாமல் சமத்துவமாகவே இருந்தது.

பிற்காலத்தில் வந்த வந்தேறிகளால் தமிழ் மண்ணில் புகுத்தப்பட்ட வன்முறையே இந்த ஜாதியும் தாலியும்.

மனிதன் ஜாதியைப் புறந்தள்ளினால் மட்டுமே அங்கு சமூக நீதி சாத்தியம்.

தாலியைப் புறந்தள்ளினால் மட்டுமே அங்கு பாலினச்சமத்துவம் சாத்தியம்.

●

14 November 2014 சுமப்பதுதான் வாழ்வின் சுகம்.

சும்மாவே இருக்கவேண்டுமென்றால் இப்போதே சமாதிக்குள் போய் படுத்துக் கொள்ளவேண்டியதுதானே... ஆயிரக்கணக்கான வருடம் அந்த சமாதிக்குள் கிடக்கப்போகும் அந்தப் பிணம் சும்மாவேதான் கிடக்கும்... அதை இப்போதே செய்து நடைபிணமாய் பிழைப்பதா சரி?

வாழும் போதாவது சவால்களை எதிர்கொண்டு வீரியம் பெறவும், சுமை தாங்கும் சுகம் காணவும் பழகவேண்டாமா?

நம் சுமையை அடுத்தவர் மேல் சுமத்திவிடுவது எளிதானதாய் தோன்றுவது வெறும் பொய்த்தோறம்தான்.

உண்மையில் அச்செயல் நம்மை எதற்கும் தகுதி இல்லாத ஜந்துவாக மாற்றி நம் வாழ்வை அர்த்தமற்றதாக்கி நிற்கும்.

● ● ●

பகுதி - 2

எது கற்பு?

12 March 2015 தாலி

ஆமா தங்கள் துணைவியாருக்கு தாங்கள் தாலி கட்டி உள்ளீர்களா? என்ற கேள்வி நண்பர் ஒருவரால் என்னிடம் கேட்கப்பட்டது.

பொதுவாக இதுபோன்ற பொதுக்கருத்தினை முன்வைக்கும் இடத்தில் அக்கருத்து நியாயமானதா— இல்லையா என்று பார்க்க வேண்டுமே ஒழிய தனி மனிதர்கள் வாழ்வியலில் நுழைய வேண்டியது அவசியமில்லை.

உதாரணமாக குடித்துவிட்டு உடல் நலம் கெட்டுக் கிடப்பவன் “குடிக்காதே”என்று சொல்வதே ஏனையோர் சொல்வதைக் காட்டிலும் நேர்மையான கருத்தாய் இருக்க முடியும்.

எப்பொருள் யார்யார்வாய் கேட்பினும் அப்பொருள் மெய்ப்பொருள் காண்பது அறிவு என்பதும் இவ்வகையில்தான்.

ஒரு வேளை என் துணைவியார் தாலி அணிந்திருந்தால், அதற்காகவே நான் தாலியணிவது புனிதமானது என்று சப்பைக் கட்டும் அவசியம் எனக்கில்லை. அதற்காக “தாலியணிவது பாலினச்சமத்துவத்துக்கு எதிரானது “— என்ற என் கருத்தினை சொல்வதை இழப்பது என்பது நியாயம் இல்லாதது என்பதை புரிந்து கொள்வீர்கள் என நினைக்கிறேன்.

உங்கள் மனைவி அணிந்திருக்கிறார்— அணியவில்லை என்பதைத் தாண்டி இது நியாயமா— நியாயமில்லையா எனச் சிந்திக்கும் பக்குவமே சுயச்சார்பில்லாத சமூக சிந்தனையாய் அமைந்திட முடியும்.

போகட்டும். நீங்கள் கேட்டதற்கு பதில் சொல்கிறேன்.

என் துணைவியாருக்கு மட்டுமல்ல நண்பரே... என் தாயாருக்கும் தாலி கிடையாது.

●

12 February 2015 தாய்வழிச்சமூகம்

தாய்வழிச்சமூகமான திராவிட இனக்குழு, பெண்மையின் மாண்புகளாக உயர்த்திப்பிடித்த சங்கதிகள் எல்லாம் தந்தை

வழிச் சமூகம் திணித்த ஆணாதிக்க சிந்தனைகளின் ஊடுருவலால் கொஞ்சம் கொஞ்சமாய் சிதிலப்பட்டன.

கற்பு என்ற வன்முறையினால் இறுதி அடி விழுந்தது.

சங்ககாலத்தில் களவொழுக்கம், கற்பொழுக்கம் என்றிருந்த அகவாழ்வு ஒழுக்கங்கள் ஒழுக்கமின்மையாக சித்தரிக்கப்பட்டன.

கற்பொழுக்கம் என்ற ஆண்—பெண் பாலின சமத்துவ நீதி, முற்றிலும் அழிக்கப்பட்டு, பெண்ணுக்கு மட்டுமேயான சிறையாக வலிந்து திணிக்கப்பட்டது. கற்பு பற்றிய சங்க காலத்திய புரிதல் காலாவதி ஆகி, இன்றைய புரிதலில் ஆன கற்பு என்னும் சங்கதி பெண்ணை அடிமைப் படுத்தும் ஆணாதிக்க சமூகத்தின் வன்கொடுமையாக மட்டுமே தொடர்ந்து வருகிறது.

பெரியாரின் வாழ்க்கையில் இங்கு குறிப்பிடப் பொருத்தமான இரண்டு சம்பவங்கள் உண்டு. அவை குறித்து தோழர் ஓவியா நிகழ்த்திய சமீபத்திய உரையிலிருந்து...

"பெரியார், பொதுவுடமைக் கொள்கைகளைத் தீவிரமாக வழியுறுத்தி வந்த கால கட்டம் அது. வக்கிர சிந்தனையும், குதர்க்க எண்ணமும்கொண்ட வலது சாரி குழப்பவாதிகள் ஒருமுறை பெரியாரிடம் இப்படிக் கேட்டார்கள்...

"பொதுவுடமை, பொதுவுடமை என்கிறீர்களே... உங்கள் மனைவி மணியம்மையாரைப் பொதுவுடமை ஆக்குவீர்களா?" "அட மடையர்களா... நான் பொதுவுடமையோடு, பெண்ணுரிமையும் பேசுகிறேன்... பெண்ணை ஆண் சொத்தாகக் கருதக்கூடாது என்றும் பேசுகிறேன்... புரியவில்லையா? இந்தக் கேள்வியை நீ என்னிடம் கேட்கக்கூடாது... மணியம்மையாரிடம்தான் கேட்க வேண்டும்... அப்புறம் அவர் கொடுப்பதை வாங்கிக் கொள்ள வேண்டும்"— என்று பதில் சொன்னார்.

இப்படி அவமானப்படுத்தும் நோக்கம்கொண்ட பொருளற்ற கேள்விகளுக்கு பதில் சொல்லும்போதுகூட பெரியார், பெண்ணுரிமையை முன்னிறுத்தியே பதில் சொன்னார்.

இன்னொரு சம்பவம் இன்னும் பல வருடங்களுக்கு முன்னர் நடை பெற்றது. முதல் மனைவி நாகம்மையார் உயிரோடிருந்த காலம் அது.

மதமூட நம்பிக்கைகளை எதிர்த்து கடுமையான பிரச்சாரத்தை பெரியார் மேற்கொண்டிருந்த காலகட்டம் அது. அவரது பிரச்சாரத்தால் தனது மோசடிக் காரியங்கள் பாதிக்கப்பட்ட நிலையில் மதவெறியர்கள் சிலர் கூடி பெரியாருக்கு பல்வேறு வழியில் சிக்கல் கொடுத்து வந்தனர்.

ஒரு நாள் பெரியாருடைய வீட்டுச் சுவரில் "நாகம்மை ஒரு தேவிடியா"— என்று நெடுக எழுதி வைத்து விட்டார்கள். இதைப் பார்த்த பெரியார் தொண்டர்கள் ஆத்திரத்துடன் வெகுண்டு எழுந்தார்கள். வன்முறையில் இறங்கவும் தயாரானார்கள்... பெரியார் அவர்களைத் தடுத்து நிறுத்தினார்.

"இப்பிடி கேவலமா எழுதிட்டானுகளே அய்யா..."

"என் பொண்டாட்டியை தேவிடியான்னு எழுதினத பத்தி நாந்தானே கேவலம்னு நெனைக்கனும். அவனுக இப்பிடி எழுதினதாலயும் சரி — ஒரு வேளை அது உண்மையா இருந்தாலும் சரி, அதை நான் கேவலம்னு நெனைக்கல. விடுங்க. மக்களுக்குச் செய்ய வேண்டிய வேலைகள் நெறைய இருக்கு. இதை விட்டுட்டு உருப்படியா அதைப் போயி செய்யுங்க. போங்க. "— என்று அனுப்பி வைத்தார்.

சமகாலத்தில்கூட பெண்ணுரிமை பேசும் முற்போக்குச் சிந்தனையாளர்கள் எத்தனை பேருக்கு இந்த சிந்தனைத் தெளிவும், செயல் தெளிவும் இருக்குமோ தெரியவில்லை.

9 January 2016

இரண்டாயிரம் ஆண்டுகளாய் இருப்பது வர்ணாசிரம — சனாதன கொடுமை. பல நூற்றுக்கணக்கான வருடங்களாய் இருப்பது ஜாதிக்கொடுமை.

இந்த ஒடுக்குமுறைக்கு நிவாரணமாக சுமார் எண்பது ஆண்டுகாலமாய் இருப்பது இடஒதுக்கீடு.

இடஒதுக்கீடால்தான் ஜாதி இருக்கிறது என்பது எத்தனை பெரிய புரட்டு மோசடி என்பதை இந்த வரலாறைப் பார்த்தாலே எளிதில் புரியும்.

அரசுப்பணி என்பது இந்தியாவில் இருக்கும் மொத்த பணிகளில் 3% க்கும் குறைவான பணிகள்தான். மிச்சம் இருக்கும் 97% பணிகள் வசதிபடைத்த ஆதிக்க சாதியினர்களுக்கு மட்டுமே 100% இடஒதுக்கீட்டுடன் இயங்கிக்கொண்டிருக்கின்றன.

இந்த 3% அரசுப் பணியிலும் ஒடுக்கப்பட்ட மக்கள் தங்களுக்கான பிரதிநிதித்துவத்தின் அளவினை சுதந்திரம் பெற்று சுமார் 70 ஆண்டுகள் ஆகியும் இன்னும் அடைந்திட முடியா வண்ணமே ஆதிக்க— அதிகார அமைப்புகள் தடுத்துக்கொண்டிருக்கின்றன என்று அத்தனை புள்ளிவிபரங்களும் தெளிவாய் தெரிவித்துக்கொண்டிருக்கின்றன.

ஆக, மிகக் குறைந்த நிவாரணமாக, மிகக் குறைந்த எண்ணிக்கையில் இருக்கும் அரசுத்துறையில் மட்டும், மிகக் குறைந்த சதவீதத்தில் அறிமுகப்படுத்தியிருக்கும் இடஒதுக்கீடுகூட 70 ஆண்டுகளில் தனக்கான இலக்கினை எட்டிவிடவில்லை என்பதே வாழ்வியல் யதார்த்தம்.

தீண்டாமைக் கொடுமை என்றால் அது அரசு வேலைக்கான இடஒதுக்கீடு மட்டுமேயான சங்கதி அல்ல. நான்கு நாட்களுக்கு முன் இறந்து போன தலித் முதியவரின் பிணத்தை பொதுப்பாதையில் எடுத்துச் செல்ல அனுமதிக்க மாட்டோம் என்று வன்முறை நடத்திய ஆதிக்க சாதியினரின் செயல்பாடுகளையும் உள்ளடக்கியது.

பிறந்தது முதல், சாகும் வரை போராட்டத்தில் இருக்கும் மாபெரும் இனத்தின் அடிமை வாழ்வு குறித்த உரிமைக் குரல் எழுப்பும் இடம் இது.

இங்கு வந்து இலக்கினை மடைமாற்றும் குறுக்குப் புத்தியுடன் "இடஒதுக்கீடு தப்பு அதனால்தான் ஜாதியே வந்தது" என்று சல்லி நடனம் ஆடிக்கொண்டிருக்கும் ஆதிக்க புத்தியின் வன்மம் அடையாளம் கண்டு ஒழிக்க வேண்டியது ஆகும். இது பலருக்கு திட்டமிட்ட செயலாகவும் அமைந்திருக்கிறது. சிலருக்கு மூளைச் சலவை காரணமாய் திட்டமிடாத அனிச்சை செயலாகவும் அமைந்திருக்கிறது.

ஆக ஜாதி ஒழிப்பு, தீண்டாமை ஒழிப்பு என்பது மனிதர்களுக்கிடையே செயற்கையாய் ஏற்படுத்தப்பட்டிருக்கும் உயர்வுதாழ்வு ஒழிப்பு, சுரண்டல்— மோசடி ஒழிப்பு, வன்மம்— வெறுப்பின் ஒழிப்பு என்ற அடிப்படைப் புரிதல் அவசியமானதாகும்.

●

ரூபிடாபி... ரூபிடாபி

9 April 2015

இன்றைய உரையாடல் ஒன்று:

நண்பர்:

"அண்ணா... அஞ்சு வருசமா லவ் பண்ணின பொண்ணு இன்னிக்கு விட்டுட்டுப் போயிட்டான்னா..."

நான்:

"அடடா... கேட்கவே கஷ்டமா இருக்கு தம்பி. ஆனால் ஒரு வழில நல்லதுன்னு நெனச்சுக்கோ... ஒருவேளை கல்யாணம்னு ஆயிட்டு அப்புறம் விட்டுட்டுப் போனா இன்னும் சங்கடமாய்

இருந்துருக்கும்ல... உன் கிட்ட நிறைய நல்ல விசயம் இருக்கு. அதோட அருமை அந்தப் பொண்ணுக்குத் தெரியல. அதான் விட்டுட்டுப் போயிடா. அவளுக்கு குடுத்து வச்சது அவ்ளோதான்... நீ இதுக்காக வருத்தப்படாம சந்தோசமா உன் வாழ்க்கையை நடத்து. இனிமேல் உன் அருமை தெரிஞ்ச பொண்ணுக்கு மட்டும் உன்னை பரிசா குடு."

நண்பர்:

"கரெக்ட்டுதான் அண்ணா... ஆனால் அவ இப்பிடி என்னையை ஏமாத்துறது பெரிய மோசடி இல்லையா... ? "

நான்:

"இதை ஏன் கண்ணா இப்பிடி பாக்குர... அவளுக்கு என்ன சிரமமோ... யாருக்குத் தெரியும்? அவளை மோசடிக்காரின்னு பார்க்காத. இந்த அஞ்சு வருசம் அவளால நீ சந்தோசப் பட்டிருக்க. வாழ்க்கைல உனக்கு கூடுதல் பிடிப்பு அவளால ஏற்பட்டிருக்கு. மறுக்க முடியுமா? அதுக்காக நீ அவகிட்ட நன்றியோட இருக்கனும்ங்கறதுதான சரி? அவளுக்கு எப்படியான வாழ்க்கை அமைச்சிக்கிறது அவளுக்கு சந்தோசமோ அப்படியான வாழ்க்கைக்கு அனுமதிக்கிறதும், உதவுறதும்தான் அந்த நன்றியோட அடையாளமாய் இருக்க முடியும்.

காதலிக்கும் இருவரில் ஒருவருக்கு இது வேண்டாம்னு தோணிருச்சுன்னா உலகில் எந்த சக்தியாலும் அதை மாற்றி விட முடியாது. அப்படி வற்புறுத்தி தொடர வைக்கப்படும் இவ்வுலக உறவுகள் எல்லாமே இருவருக்குமே நரக வாழ்க்கையைக் கொடுப்பதாகவே அமைந்திருக்கிறது.

உண்மையான நேசம் என்பது அவரவர் சுய விருப்பத்தை — முடிவுகளை மதிப்பதிலும், அங்கீரிப்பதிலும், அனுமதிப்பதிலும் அதற்காக உதவுவதிலும்தான் இருக்கிறது."

நண்பர்:

"ரொம்ப நன்றின்னா... உங்க கிட்ட கேட்டதுக்குப் பெறகுதான் இது பற்றி முடிவெடுக்கனும்னு நெனச்சிருந்தேன்... இது எனக்கு முழுக்க சரியாப் படுது. இனி இதுதான் என் முடிவும்."

நான்:

"நல்லது கண்ணா... மறுபடியும் சொல்றேன். உன் கிட்ட நெறைய நல்லவிசயம் இருக்கு. வருத்தப் படாம தன்னம்பிக்கையோட சந்தோசமா புது வாழ்க்கையைத் தொடங்கு. வானம் வசப்படும்."

(ஓரிரு மாதங்களுக்கு முன் இதே சூழலினை எதிர்கொண்டு, ஆலோசனை கேட்ட பெண் ஒருத்திக்கும் நான் இதையேதான் சொன்னேன்... இன்று சந்தோசமாய் இருக்கிறாள்... இதை வாசித்து ஒருவேளை லைக் போடவும் செய்வாள்.)

●

27 October 2015 உன் வாழ்க்கை உன் பொறுப்பு

உன்னை பருவ வயது வரை ஆரோக்கியமான உடல், அறிவு, மனம் கொடுத்து வளர்ப்பது மட்டுமே என் வேலை. அதற்குப் பிறகு உன் வாழ்க்கை உன் பொறுப்பு. உன் சாமர்த்தியம். உழைப்பின் அடிப்படையில் அதை எப்படி அமைத்துக் கொள்வாயோ அது முழுக்க முழுக்க உன் பிரச்சனை.

உனக்காக எந்தச் சொத்தும் சேர்ப்பதோ, இருக்கும் சொத்தை உனக்குக் கொடுப்பதோ எனக்கான எண்ணம் இல்லை." — என்று சிறு வயதிலேயே என் தந்தை என்னை அழைத்து சொன்னார்.

அந்த வயதில் — ஆரம்ப காலத்தில் ஒரு பாதுகாப்பின்மையை இந்த விசயம் எனக்குள் ஏற்படுத்தியது உண்மைதான். ஆனால் என் வாழ்க்கைக்கான பொறுப்பினை என் கையில் எடுத்துக் கொள்ள அடிப்படையானதே அப்பாவின் இந்த நிலைப்பாடுதான்.

என் வாழ்வில் வேறு எந்தப் பெற்றோரும் கொடுக்காத மாபெரும் சொத்து என்றே இதை நான் நம்புகிறேன்.

ஹோமியோபதி மருத்துவத்தில் நுட்பமான அறிவு பெற்றிருந்த அவர் கிராமத்து மக்களின் கடுமையான நோய்களுக்கு நிவாரணம் தரும் பணியை அனேகமாய் இலவசமாகச் செய்தார் என்றுதான் சொல்லவேண்டும். இன்னொருபுறம் சமூகத்தில் மூட நம்பிக்கை ஒழிப்புப் பிரச்சாரத்தை ஆர்வத்துடன் செய்தார்.

மொத்தத்தில் சொத்து சேர்ப்பதை மறுத்து, குழந்தைகளுக்கு சலுகை உணர்வு கொடுப்பதை மறுத்து, அவருக்குப் பிடித்தமான அவருக்கான வாழ்வை அவர் வாழ்ந்து மறைந்தார்.

இன்றும்...

மனிதர்களிடையே நிலவிவரும் சொத்துக்குவிப்பதை ஒரு மன நோயாகவும், வாரிசுகளுக்கு சொத்துக் குவித்துக் கொடுப்பதை கூடுதல் மன நோயாகவுமே என்னால் உணரமுடிகிறது.

கொடுக்கப்படும் சொத்தால் வாரிசுகளும், வாரிசுகளால் சொத்தும் அழிவதையே காலம் உறுதிபடச் சொல்லிக்கொண்டிருக்கிறது.

"உங்களைப் போல் என் பிள்ளையும் வரவேண்டும்" — என்று என்மீது அன்பானவர்கள் சிலர் என்னிடம் சொல்லும் போதெல்லாம் என் அப்பாவைப் போல் பிள்ளை வளர்க்கும் துணிச்சல் உங்களுக்கு இருக்கிறதா — என்று மனதிற்குள் கேட்டுக்கொண்டு வெளியே புன்னகைக்கிறேன்.:)

●

19 May 2015 குழந்தை வளர்ப்பா, இன்வெஸ்ட்மெண்ட்டா?

நம்மவர்கள் குழந்தை வளர்ப்பை ஒரு இன்வஸ்ட்மெண்டாகவும், கடைசிகாலத்தில் கஞ்சி ஊத்துவதற்கான கருவியாகவும் நினைத்தபடி சுய நலத்துடனேயே வளர்க்கிறார்கள்.

தனக்கென்று ஆசைகளோ, கொள்கைகளோ இல்லாமல்கூட தன்னை அழித்து குழந்தை வளர்ப்பதாய் நம்புகிறார்கள். மற்றவர்களும் இதை நம்ப வேண்டும் என விரும்புகிறார்கள்.

எந்த முகாந்திரமும் இல்லாமல் தக்க வயது வந்த பிள்ளைகள் தத்தம் வாழ்க்கைத் துணையைத் தீர்மானிக்கும் செயலில் குறுக்கிடுகிறார்கள். தான் பார்த்து வைக்கும் பையன்/பெண் தன்னை வயதான காலத்தில் காப்பாற்ற உகந்தவனாய்/ உகந்தவளாய் இருப்பார்கள் என்று நம்புகிறார்கள். அதன் படியே பிள்ளைகள் பிள்ளைகளுக்கான வாழ்க்கைத் துணையை தீர்மானிக்கிறார்கள். காமம் கொள்ளும் நபரை மட்டுமல்லாமல் அவர்கள் காமங்கொள்ள வேண்டிய வயதையும் பெற்றோர்களே தீர்மானிக்கிறார்கள்.

பிள்ளைகளும் சொத்து கிடைக்கவேண்டுமே என்ற பதைபதைப்பில் பெற்றோர் சொல் தட்டாத குழந்தைகளாக நடிக்கிறார்கள்.

மேற்கத்திய நாடுகளில் அப்படிப்பட்ட எதிர்பார்ப்பு இருதரப்பிலும் இல்லை. பெற்றோர் தன் சொத்து பிள்ளைகளுக்குத்தான் என்று உறுதி கொடுப்பதும் இல்லை. கடைசி காலத்தில் பிள்ளைகள் தன்னைக் காப்பாற்ற வேண்டும் என்று வற்புறுத்துவதும் இல்லை. வயது வந்த பிள்ளைகளின் அந்தரங்க விசயங்களில் தலையிடுவதும் இல்லை.

இதனால் வாழ்வியல் அங்கு போலித்தனமின்றி இயல்பான மகிழ்வுடன் அமைந்திருக்கிறது.

●

24 January 2016 மகளின் ஆளுமை

மகளின் ஆளுமை வளர்ச்சிபற்றி நேசத்துடன் கூடிய ஆர்வம் காட்டுகிறார்கள் இந்தக் காலத்து ஆண்கள். ஆனால் மனைவியின் ஆளுமை வளர்ச்சி குறித்து முட்டுக் கட்டை போடுகிறார்கள் அல்லது கள்ள மௌனம் சாதிக்கிறார்கள்.

மகளின் ஆளுமை என்பது வெளியிலிருந்து திணிப்பதால் வருவதில்லை. அம்மாவின் ஆளுமையை மகள் உள்வாங்குவதால் வருகிறது என்ற உண்மையைப் புரிந்து கொள்ள இன்னும் ஒரு தலைமுறை ஆகும் போலிருக்கிறது.

9 June 2016

ஒவ்வொரு அப்பாவும், மகளை தேவதையாக நினைக்கிறான்...

ஒரு தேவகுமாரன் வந்து அவளைக் கைப்பிடிப்பான் — தேவதையாகவே தொடர்ந்து நடத்துவான் எனவும் நம்புகிறான்.

சிக்கல் என்னவென்றால்...

அந்த தேவகுமாரன் இங்கேதான் எங்கேயோ இருந்துகொண்டு, இவன் இவன் மனைவியை எப்படி நடத்துகிறான் என்பதைப் பார்த்து பாடம் படித்துக்கொண்டிருக்கிறான் என்பதை மட்டும் சுத்தமாய் மறந்துவிடுகிறான்.

17 March 2015

"உங்கள் மனைவியைத் தாண்டி மற்ற பெண்களை நீங்கள் சைட் அடிக்கிறீர்களா? ஆம் என்றால், உங்கள் மனைவிக்கும் உங்களைத் தாண்டி மற்ற ஆண்களை சைட் அடிக்கும் உரிமை உண்டு.

ஒருவேளை உங்கள் மனைவியைத்தாண்டி மற்ற பெண்களிடம் நீங்கள் உறவு கொள்கிறீர்களா? ஆம் என்றால், உங்கள் மனைவிக்கும் உங்களைத் தாண்டி மற்ற ஆண்களிடம் உறவு கொள்ள உரிமை உண்டு."

மிக எளிமையும் அடிப்படையுமான இந்த பாலியல் சமத்துவம் உங்களுக்கு அதிர்ச்சியைக் கொடுத்தால் நீங்கள் இன்னும் ஆணாதிக்க சமுதாயத்தின் மூளைச் சலவையில் இருந்து விடுபடவில்லை என்றே அர்த்தம்.

●

3 September 2014 பெண் உடல் மீதான உரிமை

பெண் உடல் மீதான உரிமை அந்தப் பெண்ணுக்கானது.

உயிர்வாழ அந்த உடலை எப்படி போஷிக்க வேண்டும், வாழ்வியல் சாதனைகளை நிகழ்த்தப் பொருத்தமானதாக அந்த உடலை எப்படி பயிற்றுவிக்கவேண்டும், உலகியல் இன்பங்களை நுகர அந்த உடலுக்கு எப்படிப்பட்ட வாய்ப்பளிக்கவேண்டும் என்ற அத்தனை முடிவுகளையும் அந்த உடல்மீது உரிமைகொண்டிருக்கும் ஒரே நபரான அந்தப் பெண் மட்டுமே தீர்மானிக்க வேண்டும்.

அந்த உடலை இப்படி இப்படித்தான் நடத்தியாக வேண்டும் என்று முடிவுகள் எடுத்து வற்புறுத்த உலகில் வேறு யாருக்கும் உரிமை இல்லை.

●

9 August 2014 ஜான்ஸி

ஒரு நாயின்னா, உனக்கு ஒரு ஒழுக்கம் இருக்கனும்...

நீ நெனச்ச நேரம் ஊரு சுத்திட்டு நீ நெனச்ச நேரம் வீட்டுக்குள்ள வரமுடியாது...

பீ கேர் ஃபுல்...

நான் என்னையும் சொன்னேன்.

நாய் உட்பட எந்த ஒரு மிருகமோ, பறவையோ மனிதனுக்கு தீங்கு செய்வதில்லை. அவைகள் மனிதனுக்கு ஒருவேளை தீங்கு செய்கின்றனவென்றால் அதற்கு காரணம் இருக்கும்.

வலுவான காரணம் இல்லாமல் மனிதனுக்கு அவை தீங்கு செய்வதே இல்லை.

காரணமே இல்லாமல் — ஏன் நாம் அன்பு செலுத்தும்போதும்கூட — ஒரு மனிதனுக்கு தீங்கு செய்கின்ற ஒரே ஜந்து

இவ்வுலகில் இன்னொரு மனிதன் மட்டும்தான்.

●

14 March 2016 சாதி - மதம்

கொலை நடந்தபின் விழித்துக்கொண்டு பதறுவதும், விடிந்ததும் மறந்து மரத்துப் போவதும் தமிழ்க்கூட்டத்துக்கு ரத்தத்தில் ஊறிவிட்டது.

விமானத்திற்குள் அனுமதிக்கப்படும் டைம்பாம்தான் சமூகத்தில் அனுமதிக்கப்படும் சாதியும்.

டைம்பாம் வெடித்தால் மட்டும்தான் அது குற்றச் செயல் என்று கருதமுடியாது. விமானத்தில் டைம்பாமைகொண்டுவருவதும், அனுமதித்து — விட்டு வைத்திருப்பதுமே குற்றச்செயல்கள்தான்.

அப்படித்தான் சமூகத்தில் சாதியும். சாதியால் கொலை விழுந்தால்த்தான் குற்றச் செயல் என்பது அல்ல. சாதி உணர்வை உருவாக்கிப் பரப்புவதும், விட்டு வைத்திருப்பதுமே குற்றச் செயல்கள்தான்.

சாதிமட்டுமல்ல. சாதியினை உருவாக்கி வலியுறுத்தும் மதமும் இதே குற்றத்தன்மைகொண்டவையே...

நேரடியாகவோ மறைமுகமாகவோ சாதி— மதம் இரண்டையும் வளர்த்துக்கொண்டிருப்பவர்கள் எல்லோரும் இந்தக் கொலைக்கு முழுப்பொறுப்பாளிகள் ஆவார்கள்.

●

21 June 2016 கடவுளும் பிரார்த்தனையும்

நேற்று (20.06.16) மாலை, சகஅதிகாரி நண்பர் ஒருவர் என் அலுவலக அறைக்கு வந்தார்.

பேசும்போது, "தினமும் 2 மணி நேரம் பிரார்த்தனைக்கு மட்டும் ஒதுக்கி விடுவேன். கடந்த 19 வருடங்களாய் இதைச்

செய்து வருகிறேன். ஒரு நாள்கூட தவற விடுவதில்லை. என் வாழ்வில் நான் பெற்றிருக்கும் நல்ல விசயங்கள் எல்லாம் என் பிரார்த்தனையின் பலன்தான் என்றார்."

நல்லது என்று புன்னகைத்தேன்.

தொடர்ந்தும் இறைவனை வழிபடுவதால் வாழ்க்கையில் விளையும் பலன்களை நீளமாய் சொல்ல ஆரம்பித்தார்.

கொஞ்ச நேரம் கேட்டு விட்டு இப்படி உரையாடலை மாற்றினேன்.

"என் அலுவலகத்தில் 40 செக்சன் ஆஃபீசர்ஸ் இருக்கிறார்கள் என்பது உங்களுக்கு தெரியும் தானே?"

"ஆமா"

"இதில் ஒருவர் என்னை அடிக்கடி நேரில் வந்து புகழ்ந்துகொண்டே இருக்கிறார் என்றும் இன்னொருவர் தனக்கு கொடுக்கப்பட்ட வேலையை எந்தக் குறையும் வைக்காமல் செய்துகொண்டே இருக்கிறார் என்றும் வைத்துக் கொள்வோம்... இதில் எனக்கு யாரைப் பிடிக்கும் என நினைக்கிறீர்கள்.? "

"இதிலென்ன சந்தேகம்... உங்களைத் தெரியுமே எனக்கு... கண்டிப்பாய் உங்களுக்கு இரண்டாவது நபரைத்தான் பிடிக்கும்..."

"என்னுடைய சின்ன அறிவுக்கே என்னைப் புகழ்பவர்களை விட தன் கடமையை ஒழுங்காய் செய்பவர்களைப் பிடிக்கிறது... அப்படியிருக்கும்போது அறிவின் மொத்த உருவான இறைவனுக்கு மட்டும் எப்படி வேறுபடும்?

தன் கடமைகளைச் செய்யாமல் தினமும் 2 மணி நேரம் வழிபட்டுக்கொண்டிருக்கும் மனிதனைப்பிடிக்குமா? இறைவனைக் கண்டுகொள்ளாமல் கடமையைச் செய்யும் ஏனைய மனிதர்களை அவனுக்குப் பிடிக்குமா? — என்று கேட்டேன்...

"ஆஹாஹா... நீங்க என்னை மாற்றப் பார்க்கிறீர்கள்..." என்று பலத்த சிரிப்பு சிரித்த படி என் அறையை விட்டு ஓட ஆரம்பித்துவிட்டார்..."

பாவம் மனிதர்கள்... பாவம் இறைவன்...

10 April 2016

உடலே உன்னை ஆராதிக்கிறேன்:

இவ்வுலகில் உன்னை நம்பி ஒரு உடல் உன்னிடம் ஒப்படைக்கப்பட்டிருக்கிறது.

நீ பிறந்தது முதல் சாகும் வரை நொடிகூட பிரியாமல் உன்னுடனே அவ்வுடல் ஒட்டிக்கொண்டிருக்கிறது.

நீயே விரும்பினாலும் ஒரு நொடிகூட உன் உடலைவிட்டு நகன்று வேறொரு இடத்தில் நிற்பது உன்னால் சாத்தியப்படாதது.

உடல், உனக்கும் உன் வாழ்க்கைக்கும் அந்த அளவிற்கு முக்கியமானது.

அதை சரியாக பராமரிக்க, நேர்த்தியாக்க — செம்மையாக்க— மேன்மையாக்க — வலுவாக்க — பலமாக்க — கூர்மையாக்க உன் வாழ் நாளில் உன்னால் முடியவில்லை என்றால்...

அதற்காக நீ முயலவில்லை என்றால்...

இந்த உலகில் நீ சாதிக்கப் போகும் வேறு சாதனைதான் என்ன?

●

26 February 2016 கோபம்

ஒரு முறை ஒரு விசயம் படித்தேன்.

"கோபம் என்பது இயலாமையின் வெளிப்பாடே ஒழிய வேறல்ல" — என்று.

அதை வாசித்ததும்— கொஞ்சம் யோசிக்க... அவமானமாய் போய்விட்டது.

வாழ்வில் ஒவ்வொரு முறை கோபப்படும்போதும் அது இயலாமையின் வெளிப்பாடாகவே அமைந்திருக்கிறது என்பதை அசை போட்டு உணர முடிந்தது.

அப்போ, கோபப்படும் போதெல்லாம் "டேய் கண்ணா... இது உன் இயலாமையின் வெளிப்பாடுதானே..." என்று எனக்கு நானே கேட்டுக் கொள்கிறேன். சுரணை + தன்னம்பிக்கையோடு அந்தச் சிக்கலை எதிர்கொள்ளத்தொடங்கும்போது இயலாமை மறைந்திட கோபமும் காணாமல் போய்விடுகிறது...

ஒரு ஆச்சர்யம் என்னவென்றால், கோபப்படுவதுபோல நடித்தால்கூட, கொஞ்ச நேரத்தில் அது நிஜமான கோபமாக மாறுகிறதே ஒழிய வெறும் நடிப்பாய் மட்டும் நின்று போய்விடுவதில்லை. அப்படி ஒரு விசித்திர அபாய சக்தி கோபத்துக்கு இருக்கிறது.

கோபத்தால் நாம் ஒவ்வொருவரும் இழப்பதுதான் பெறுவதை விடவும் கூடுதலாய் இருக்கிறது.

சேர்ந்தாரைக் கொல்லி என்று வள்ளுவர் சினத்தைக் குறிப்பிடுவதற்கும், சினம் குறித்த புத்தரின் கருத்தும் ஒன்றாகவே இருக்கிறது. ஆக, எந்த அளவு கோபம் குறைகிறோமோ அந்த அளவு வாழ்வு சிறக்கிறது. வாழ்வின் எந்தெந்த கால கட்டத்தில் எல்லாம் குறைவாய் மட்டும் கோபப்பட்டிருக்கிறோமோ, அதற்கு ஏற்றவாறு கூடுதல் மகிழ்வு, அமைதியுடனும் — வளர்ச்சி, அங்கீகாரத்துடனும் வாழ்ந்திருக்கிறோம்.

எல்லாவற்றையும் மீறி கொஞ்சூண்டு சினம் வந்தால் அதுக்கு தனியா டென்சன் ஆக வேண்டாம்... வந்துட்டு போகட்டும்.

நாம எல்லாரும் மனுசந்தானே...

● ● ●

பகுதி - 3

சாதியும் மதமும் குற்றச்செயல்கள்

12 June 2016 காமம் - ஒரு கலந்துரையாடல்

இளங்கோவன் பாலகிருஷ்ணன்:

காமம் அன்பின் ஓர் உச்சநிலை

கலந்துரையாடல்:

Muruga Doss: *அது மன பக்குவம் அடைந்த பிறகு என்று எனக்கு தோன்றுகிறது.*

Ilangovan Balakrishnan: *மனப் பக்குவம் அடையாதவன்/ அடையாதவள் என்றே வைத்துக்கொள்வோம்...*

தனது இணையை ரசிக்காமல், நேசிக்காமல் வெறுப்புடன், சண்டைபோட்டுக்கொண்டே காமச் செயல் புரிவது சாத்தியமா என்ன?

Muruga Doss: *இல்லைதான்.*

Alice Aaberie: Ella vayasulayum athe thaane... *(எல்லா வயசுலேயும் அதே தானே...)*

Ilangovan Balakrishnan: *வயசுக்கு ஏற்ப காம உணர்வு செயல்பாடு வேறுபடுகிறதா என்பதை யோசித்து — ஆய்வு செய்துதான் முடிவுக்கு வரமுடியும்.* Ella vayasulayum athe thaane... *என்பதை ஒரு எண்பது வயது கிழவி சொன்னால் ஒரு நம்பகமான தரவாக எடுத்துக் கொள்ளாம்.* Alice Aaberie

Ilangovan Balakrishnan: *சுய நலம் இருந்தால் அது அன்பில்லை. (இது பொதுக் கருத்து)*

அன்பில்லாத காமம் இல்லை (இது என் கருத்து)

ஸோ...

"காமமும் அன்பும் இருக்கற இடத்தில சுயநலம் இருக்கும்" என்பது வெறும் வெத்து வேட்டு. நீங்க கேட்பது காம அன்பு பற்றியதானால்... யார்மீது வரும் என்று யாருக்கும் தெரியாது. உடலின் ஹார்மோன் தயாராவதற்கும் சூழலில் இதமானவர்கள் கிடைப்பதற்குமான ஒத்திசைவே இதைத் தீர்மானிக்கும். கல்லூரியில் பணியாற்றும்போது எனது வகுப்பில் 40 பேர் இருக்கும்போது ஒரு

மாணவனுக்கு ஒரு மாணவியின்மீது "காதலும்", அதுவே 80 பேராக மாறியபோது அந்த மாணவனுக்கு வேறொரு மாணவியின்மீது காதலும் ஏற்பட்டது. இதுதான் இயல்பானது.

Alice Aaberie: மத்த விலங்குகளுக்கு குட்டி போட வயது வரம்பு தேவையில்ல... நமக்கு தேவையாச்சே. ஸொ, மனித சம்மூவத்துக்கு ஒவ்வாத உளவியல் மாற்றங்களை தப்புனு ஆணித்தரமா பதியவைக்க தேவைப்படுற வார்த்தைகள்தான் இந்த infatuation extra marital affairex - kooda affairலாம்...: இதுவே, நாங்க 'அப்டிலாம் இல்ல, சரியாதான் செய்யுறோம்' பெருமைபட்டுக்க மேக் அப் போட்டவார்த்தை, love marriageலாம்...

It is nothing but hormones... Perfectly formulated by nature in such a way that, the process of reproduction is carried out no matter what.

'பிடிக்காதவங்க கிட்டயும் தோணுது,

சுகமாவும் இல்ல,

அப்டியே தெரியாத்தனமா செஞ்சாலும் ஒரு புள்ள, சுமந்து, பெத்து வளக்கணும்னு' சொன்னா யாராவது இத செய்வாங்களா...

6அறிவு உள்ள நாம என்னன்ன யோசிப்போம்னு அனாலிஸிஸ் இல்லாமலா, evolution of sex இவ்ளோ pleasurableஅ அமஞ் சிருக்கும்...

நம்மள தவறாம reproduce பண்ண வைக்கும், நாமே அறியாத டக்கால்ட்டிதான் இந்த காமம்...

ஜீவகன்: காதல் — இன்ஃபாச்சுவேஷன்—பூச்சுகளே... காமமே உண்மையானது சரி... அப்புறம் காமம்னா அன்பின் உச்ச நிலைன்னு மறுபடியும் பூச்சு எதுக்காம். இந்த பூமியில ஒவ்வொரு இனமும் தன்னை நிலை நிறுத்திக்க, தனது இனத்தை விருத்தி அடைய செய்துகொண்ட ஏற்பாடும் அதற்கான வேட்கையுமே காமம்னு சொல்லிட வேண்டியது தானே...!

மனித இனம் பண்பாட்டு ரீதியாகவும் வளர்ச்சியடைந்து வருவது.அது பெண்ணை மையப்படுத்தி... இணையைத் தேர்வு செய்ய ஏற்ற காலம், காமம் வற்றிய பின் ஆண் ஓடி விடாதிருக்க வேண்டிய சமூக ஏற்பாடுகள்.

அவள் ஈன்ற குழந்தையை வளர்ப்பதில் ஆணை ஈடுபடுத்துதல். உழைக்க வைத்தல்,

அன்பு, நேசம், கருணை உள்ளிட்டவற்றை பயின்று கடத்துதல், என்றெல்லாம் நகர்ந்து வந்துள்ளது.

இவ்வாறான ஏற்பாட்டு காமத்தில்... 'பாதுகாக்கும் பொறுப்பற்று' —ஹார்மோன் உந்துதலால்,எதிர் பாலின ஈர்ப்பு — உடலுறவு என்பதை தனித்துக் குறிக்க வேண்டி 'இன்ஃபாச்சுவேஷன் ' என குறியிடப்பட்டது.

இவ்வாறான ஒரு திட்டமிட்ட சமூக பண்பாட்டு நகர்வுதான்... நேசத்துடன் கூடிய காமத்தை அழகானதாக உணர்த்துகிறது. அது நன்று. காமம்போலவே பொசசிவ்னெஸ் 'தேவை' கருதி எழுந்தது. பொசசிவ்னெஸ் உடைமை உணர்வே. ஆனால்.

பெண்ணின் பொசசிவ்னெஸ்.தனக்கு வாய்த்த ஆண் தன்னைக் காப்பாற்றி குடும்பக் கடமையை செய்ய வைக்க அழுத்தம் தர வேண்டி இயங்குவது.

ஆணின் பொசசிவ்னெஸ் பெண்ணை தன்னுடைய உடைமைகளில் ஒன்றாக, சொத்துபோல பாவிப்பதினின்று எழுவது.

Ilangovan Balakrishnan: //இந்த பூமியில ஒவ்வொரு இனமும் தன்னை நிலை நிறுத்திக்க, தனது இனத்தை விருத்தி அடைய செய்துகொண்ட ஏற்பாடும் அதற்கான வேட்கையுமே காமம் னு சொல்லிட வேண்டியது தானே...!//

காமம் இனப்பெருக்கத்திற்கு மட்டுமானது என்றிருந்தால் இரண்டு குழந்தை பிறந்து ஃபேமிலி ப்ளானிங்க பண்ணிக்கொண்ட யாருக்கும் காமம் அவசியமில்லை என்றாகிவிடுகிறது.

அப்படிப்பார்த்தால் முப்பது வயதிற்கு பிறகு எந்தத் தம்பதியும் காமம் கொள்வதில்லை என்றும் ஆகிறது. அப்படி நிகழ்வதில்லை.:)

//காமமே உண்மையானது சரி... அப்புறம் காமம்னா அன்பின் உச்ச நிலைன்னு மறுபடியும் பூச்சு எதுக்காம்.//

காமம் அன்பின் உச்ச நிலை என்பது நேர்மையான எனது உணர்வு. இது பூச்சு என்று நேர்மையாக உணர்பவர்கள் இருப்பார்களேயானால் அதன் மூலம் காமத்தை ஒவ்வொருவரும் ஒவ்வொருவிதமாய் உணர்கிறார்கள் என்ற உண்மையையும் நான் புரிந்து கொள்கிறேன்.:)

ஜீவகன்: சரிதான். நான் காமத்திற்கான பரிணாம அடிப்படையை மட்டும் பேசியிருக்கிறேன்.

பரிணாம ஏற்பாட்டில்... இன விருத்திக்கான காமம் என்கிற அடிப்படை உணர்வை... மனித இனம் பிற இனங்களை விட சற்று கூடுதலாகக்கொண்டாடுகிறது என்பது உண்மையே. ஆனால், தம்பதியர் இரண்டு குழந்தை பிறந்தும்... அதே தத்தமது

துணையுடன் காம வயப்பட நேருவதெல்லாம் குடும்ப அமைப்பு தோன்றிய பிறகே வலிமையடைந்த உணர்வே.

Ilangovan Balakrishnan: இனவிருத்திக்கே காமம் — என்பது கலாச்சாரக் காவலர்களின் கருத்து. எப்படி உங்களுக்குமானது என்று தெரியவில்லை.

Sivaraman Somasundaram: அன்பின் உச்சநிலை அருள் என்பதே. காமம் அன்பின் அந்தரங்க நிலை.

Ilangovan Balakrishnan அன்பின் ஓர் உச்ச நிலை காமம் என்று குறிப்பிட்டேன். இன்னொரு உச்ச நிலை பரிவு/ இரக்கம்/ கரிசனம் எனலாம்.

அருள் என்பது என்னவோ மதப்பூச்சுடன் இருப்பதால் எனக்கு அச்சொல்லின் தாத்பரியம் புரிபடுவதில்லை.

காமம் அந்தரங்கமாய் மட்டுமே இருந்தாக வேண்டுமா? அப்படியொரு வன்முறை எதற்கு?

T Sankara Narayanan காமம் ஒரு அடிப்படையான ஆதி உணர்வு. இது எதனால் எழும்? ஒரு விருப்பம் அதை நிறைவேற்றும் எண்ணம் வலுவடையும் பொழுது நிகழும். பலரும் காமம் எனில் புணர்தல் என்ற ஒன்றின் அடிப்படையில் மட்டுமே யோசிக்கின்றனர். புணர்தல் ஒரு விருப்பம் அவ்வளவே.

மனம் பரவச உச்சமடைய புத்தகம், ஏகாந்தம், இயற்கை எழில் இப்படிப் பல உண்டு. அதன்மீதுள்ள விருப்பத்தின் உச்சம் அதன்மீது காமுறுதல். இது என் எண்ணம்.:)

15 November 2016

Ilangovan Balakrishnan: I want to hold your hand at 80 and say we made it:) (y)

Kayalvizhi Thangaiyan

மாறுவது மனம்... சேருவது இனம்... தெரியாத முருகனா நீ????

Ilangovan Balakrishnan

மாறுவது மிக மிக இயல்பு.

எந்தத் தவறும் இல்லாதது.

விமர்சனத்துக்கு அப்பாற்பட்டது.

அதே சமயம்...

மாறுவதற்கான விருப்பம் எப்படி தனி மனித உரிமையோ, அதுபோலவே மாறாமல் இருப்பதற்கான விருப்பமும் தனி மனித உரிமையே.

அதையே இங்கு வெளிப்படுத்தியிருக்கிறேன்.

இன்னொரு விசயம்.

இதை ஆண்— பெண் உறவாக மட்டுமே பார்க்க வேண்டும் என அவசியம் இல்லை.

பால் பாகுபாடு கடந்த நட்புகளுக்காவும் சேர்த்தே பகிர்ந்திருக்கிறேன்.

●

13 November 2015 அவ என் தோழி மட்டுமில்லை என் காதலியும்

அவ என் தோழி மட்டுமில்லை என் காதலியும்கூட... இத சொல்றதுல எனக்கு என்ன வெக்கம்? சில உறவுகளை நீங்க திருமணம் செய்து கொள்ளத் தேவையில்லை... ஆனா அவங்க காலம் பூரா கூடவே இருப்பாங்க... அது மாதிரியான உறவு அவ.

கமல் ஸ்ரீவித்யா குறித்து கீழே ஒரு தோழர் சொன்னது.

XXXXXXXX

அம்புட்டும் ஃப்ராடுத்தனம்... கமல்க்கு பேச சொல்லியா தரணும்? அவங்கம்மாவே [ஸ்ரீ அம்மா MLV அவர்கள்] ஒரு பேட்டில சொல்லியிருப்பாங்க... கமல் எப்படி ஸ்ரீயை மிஸ்யூஸ் செய்றார்னு... ஏசியாநெட்ல ஒரு 20 வருஷத்துக்கு முந்தின்னு நினைக்கேன்... ஸ்ரீவித்யா பேட்டி ஒன்னு வந்தது... think it was with the grp editor TNG...எனக்குத் தெரிந்து ஒரு ரியாலிட்டி ஷோல நடக்குற மாதிரி, ஸ்ரீ கமல் குறித்து பேசும் பொழுது விம்மி உடைந்து அழறத நான் அப்பதான் முதன்முறையா பார்த்தேன். அவர் அவங்களுக்குப் பண்ணினது பச்சை துரோகம்னுதான் சொல்லணும். இப்பதான் வந்து அழகா சொல்றார். காதலின்னு. ஆனா இந்த வார்த்தைய அந்தம்மா இருக்கும்போது சொல்லியிருக்கலாம்... அந்தம்மாவுக்கு Breast Cancerரே வந்திருக்காது. தாளமுடியாத நீண்ட கால அழுத்தங்கள்கூட மார்புப்புற்றுக்கு வழிகோல முடியும். அவர் அழகாத்தான் பேசுவார். ஆனா அதுல மெய் இருக்காங்குறது அவர் மட்டுமே அறிஞ்சது. இன்னும்கூட சில தரவுகள் வாசிச்சிருக்கேன். கமல் ஸ்ரீயைப் பொறுத்தமட்டுக்கு ஒரு பச்சைத்துரோகி. ஆனா அவங்க அவர எப்படி நேசிச்சாங்கன்னா. கடேசியா பாக்க விரும்பின முகம்கூட அவர்தான்குற ரீதில... கமல் இவங்களன்னு

இல்ல ஸ்ரீப்ரியாவையும் இதே tagலதான் போட்ருந்தார். கேக்க ரொம்ப முட்போக்கா இருக்கும் ஆனா உள்ள அம்புட்டும் பிற்போக்குதான்.

Ilangovan Balakrishnan

நான் ஆணாதிக்க சிந்தனையோட சொல்லிடக்கூடாதே என்ற கவனத்தோட இத எழுதுறேன்.

அந்தந்த வயசுக்கும், அனுபவத்துக்கும் சரின்னு படுர நேர்மையோடதான் ஒருத்தரால வாழமுடியும்.

பருவ வயதில் ஒருவருக்கு நேர்மையாய் பட்ட ஒரு விசயம், நாற்பதுகளில் நேர்மையில்லை என்று அவருக்கே தோணலாம்.

கமலுக்கு மட்டுமல்ல. ஒன்னுக்கு மேற்பட்ட துணைவர்களைத் தேடிக்கொண்ட நடிகை லட்சுமி, ராதிகா உட்பட ஆண்—பெண் அத்தனை பேருக்கும் நான் சொல்வது பொருந்தும்.

அடுத்தடுத்த நபர்களுடனான காம உறவு என்பது சினிமாத்துறையில் மிக இயல்பானது. அதை காதல் என்ற பெயரில் கற்பனை நீட்டித்து அனுபவிப்பது ஒரு சிலரின் ரசனையின் பாற்பட்டது. அவ்வளவுதான்.

இங்கு சாமர்த்தியமும், வலிமையும்கொண்ட ஆணோ, பெண்ணோ, இன்னொரு ஆணையோ, பெண்ணையோ தனது தேவைகளுக்கு பயன்படுத்திக் கொள்வது என்பது காண்ராக்ட் லேபர் மாதிரியான ஒரு சங்கதி. இரு தரப்பினரும் தெரிந்துதான் அந்த உடன்படிக்கையும் செய்து கொள்கிறார்கள்.

இதில் கூடுதல் எதிர்பார்ப்புகொண்டிருப்பவர்கள்,தான் ஏமாற்றப்பட்டோம் என நினைப்பவர்கள் அழுவதும், குற்றம் சொல்வதும் அசாதரணம் எனத் தோன்றவில்லை.

அன்று மட்டுமல்ல. இன்றும்கூட “அவ என் காதலி” —என்று சொல்லவேண்டிய நிர்பந்தம் கமலுக்கு இல்லை... பாவம் மனிதருக்குத் தோன்றுகிறது சொல்கிறார். அவ்வளவுதான்.

கமல் ஸ்ரீயைப் பொறுத்தமட்டுக்கு ஒரு பச்சைத்துரோகி என்பதெல்லாம் டூ மச்.

என்னைப் பொறுத்தவரை இருவருக்கு இடையிலான உறவில் மூன்றாம் ஒருவர் கருத்துச் சொல்ல ஒன்றும் இல்லை. அதுவும் எமோசனலாய்.

காலம், உடலாய், மூச்சாய், காமமாய், செயலாய் எதையெதையோ போகும் போக்கில் மனிதன் மேல் நிகழ்த்தியபடி

போய்க்கொண்டிருக்கிறது. இதில் சதிகாரன்— சதிகாரி என்ற கோணத்திலான பார்வை குறுகலானது. பரந்த மனப்பான்மை இல்லாதது.

கொஞ்ச நாட்களுக்கு முன் வேறு ஏதோ ஒரு பதிவிற்காக... “கமலின் நேர்மை எல்லா தருணத்திலும் வசீகரிக்கிறது” என்று குறிப்பிட்டிருந்தேன்.

அதையே மீண்டும் இங்கு நினைவு படுத்த வேண்டியதாயிருக்கிறது

பெ. கருணாகரன்: பாசாங்கு இல்லாத வெளிப்படையான துணிச்சல்காரர்...

Murali Bagalur காதலா காமமா என்பதை அவரிடம் அப்போதே தெளிவுபடுத்தியிருந்தால் அவர் அழுதிருக்க வேண்டியதில்லையோ...

Kirthika Tharan காதல்னு சொல்லி காமத்துக்கு அடிகோலுவதுதான் பச்சை துரோகம். காமம் மட்டுமே என்றால் ஸ்ரீக்கள் மனதில் ஆசையை வளர்த்துக்கொண்டு இருக்க மாட்டார்கள். பெரும்பாலான பெண்கள் காமம் என்றால் உடன்படுவதில்லை... எனவே காதல் போர்வையில் நுழையும் நரித்தனம்... இதற்கு நியாயம் வேற... துரோகி...

Thiyagaraja Mohan கமல் வெளிப்படையாக பேசுவதால் அவர் செய்யும் செயல் சரியானது சொல்லமுடியாது... ஒழுக்க கேடான செயலை செய்ய அஞ்ச வேண்டும். ஆனால் அதை வெளிப்படையாக பேசுவது மோசமான செயல்

Nizamdeen Beer Mohd மனிதத்தில்... ஆகச் சிறந்தது, தனி மனித ஒழுக்கமே! அதை இழந்தால்... அனைத்துமே வீண் விவாதமே!

Banu Iqbal: My dear annaa Ilangovan Balakrishnan u like kamalahasan... அவரின் சிந்தனைகள், பேச்சுக்கள் உங்களை கவர்ந்ததுபோலவே எங்களையும் கவர்ந்து இருக்கிறது... இனியும் கவரும் அதில் சந்தேகமில்லை... எல்லா திறமைகளையும் மீறி தப்புக்களுக்கு தத்துவம் சொல்லுவது ஆண்களுக்கு கைவந்த கலை... சாதாரணமாக சிந்திப்பவர்களே அப்படி என்றால்... அசாதாரணமாக சிந்திப்பவர்கள் அவரவரின் நியாயங்களை எப்படி முன் வைப்பார்கள் என நாம் கணிக்க முடியாது...

இது இப்படிதான் தெரிந்து தவறு செய்பவர்கள் மன அழுத்தத்திற்கு ஆளாவதில்லை... அவர்கள் சுதந்திர பறவைகள்...

அங்கு என்ன நடந்தது என நமக்கு தெரிய வாய்ப்பில்லை... ஆனால் ஒரு வலிமையான ஆளுமைக்கும் எளிய ஆன்மாவுக்கும்

இடையேயான உறவுதான் என்பதை நாம் புரிந்து கொள்ள முடியும்...

Kamali Panneerselvam மிகுந்த சிக்கலான இடம். பெண்ணின் உணர்வுகள் காமமே என்றாலும் அவர்களுக்கு அதை குற்ற உணர்வின்றி இயல்பானதாக ஏற்றுகொள்ளும் மனப்பக்குவம் இருப்பதில்லை. சமூக கட்டமைப்பும் காரணம். பெண்ணுக்குள் வலுகட்டாயமாக திணிக்கப்படும் கற்புசார் விஷயங்களையும் சேர்த்தே சொல்கிறேன். ஆதலால் பெரும்பாலும் பெண் காமத்தை காதலின் மூலமே கண்டடைய முயல்கிறாள். மிகமுற்போக்கான பெண்கள்கூட இப்படிதான். இப்போது பெண்கள் அதை கொஞ்சமே கடக்கிறார்கள் எனும்போதும் மனத்தடை இருக்கும். Srividya காலகட்டத்தில் அவரின் மனநிலை உணர்வுநிலை என்ன மாதிரி என்று தெரியவில்லை... இவர் நேசித்திருக்கலாம் உணர்வுதளத்தில் அதை எப்படி வெளிப்படுத்தினார் என்பதும் கமல் தன் உணர்வை தோழியாக அவரால் Sri கூட எத்தகைய உறவை தொடர முடியும் என்பதை சரியாக வெளிப்படுத்தினாரா என்றும் பார்க்கவேண்டும்.

Sankara Narayanan காதலா காமமா என்ற ஒரு புரிதலைக்கூட மற்றவருக்கு ஏற்படுத்த முடியாதவர் ஒரு உறவுக்குகூட லாயக்கில்லாதவர். அது காதல்தான் என்று பின்னரும் அறுதியிட்டு கூறக்கூடியவர் அதற்கான பொறுப்பை சுமக்காதவரெனில் நம்பியவரின் நம்பிக்கைத் தரம் கேள்விக்குரியதாகிறது. சம்பந்தப்பட்ட இருவருக்கும் மத்தியில் நடந்தது நாம் அறியாதது (அவரவரின் வார்த்தைகளைத் தவிர). இது என் எண்ணம்.

Meena Somu கமலின் நேர்மை எல்லாத் தருணங்களிலும் வசீகரிக்கிறது என்பதுதான் கொஞ்சமும் எனக்கு உடன்பாடில்லாத ஒன்று. ஒருவேளை அது உங்களுக்கான தனிப்பட்ட ஈர்ப்பாக இருக்கலாம்.

இந்த பதிவை பொறுத்தமட்டில் நீங்கள் சொல்வது உண்மை. உடன்பாடும் உண்டு.

காதல்—காமம் இரண்டுக்கும் வேறுபாடு இல்லையென்றே கருதுகிறேன்.

நேசிக்கும் உணர்வுவிசயங்களில் (காதல்) இரு மனிதர்களுக்கு இடையே யார் யாரை வஞ்சிக்கிறார்கள் என்பதை வெளியிலிருந்து யாராலும் சொல்ல இயலாது. நாம் அவ்விருவருக்கும் நெருக்கமானவராக இருந்தாலும். அன்பு, அதன் வெளிப்பாடு

இதில் ஒருவர் வஞ்சிப்பதற்கோ நியாயமாக இருப்பதற்கோ எது அளவீடு? ஆண் என்பதால் அவனுக்கு இருக்கும் கூடுதல் பாலியல் சுதந்திரம், பெண் என்பதால் கிடைப்பதில்லை என்பது மட்டுமே அளவிட முடிகிற ஒன்று. அந்த அளவில் பெண்கள் பல நேரத்தில் ஒருவன் மேல் ஏற்ப்படும் காதலை கற்பாக காப்பாற்றும் நிர்பந்ததில் மிகுந்த மன உளைச்சலுக்கு ஆளாகிறார்கள். கற்பு என்ற ஒரு விசயம் அவள் வளர்ப்பில் புகுத்தப்படவில்லை எனில், தன்னை அன்பில் எவனாவது வஞ்சிக்கிறான் என்ற உணர்வு இருந்தால், தூக்கி எறிந்துவிட்டு போகும் மனநிலை பெண்களுக்கும் இருக்கும்.

காதலோ நட்போ, அது உணர்வு ரீதியானது. அதில் துரோகம் என்று எதுவுமில்லை. ஒன்று அன்புடன்கூட இருப்பது... இல்லையெனில் அவரவர் அன்புனிலைக்கு ஏற்ப அவரது உறவுநிலையை வைத்துக் கொள்வது.

காதலோ, அன்போ, காமமோ இருவருக்கும் ஒருவர்மீது மற்றவருக்கும் இருக்க வேண்டும். யாரோ ஒருவர் தன்னை வஞ்சிப்பதாக தோன்றிவிட்டாலே அதிலிருப்பது அன்பின் பரிமாற்றமல்ல, கொடுக்கல் வாங்கல் என்றாகிவிடும்.

என்னை பொருத்தவரை எனக்கான நேசத்தை தருவதில் அந்த ஜீவனுக்கு சிக்கல் இருக்கிறது என்றால் அந்த ஜீவனிடமிருந்து அந்த அன்பை எதிர்பார்க்கமாட்டேன். ஏனெனில் அப்படி டிமாண்ட் செய்து எந்த உறவையும் தக்க வைத்துக்கொண்டு என்னவாக போகிறது?

கமல், ஸ்ரீவித்யாவின் இறப்புக்கு பின் அவரை காதலி என அறிவித்தது யாருக்காக? ஒருவேளை உயிரோடு இருந்தால், ஸ்ரீவித்யா மகிழ்ந்திருக்கலாம், இல்லை கோபமாகவாவது இல்லை என மறுத்திருக்கலாம். அவருக்கு எந்த சந்தர்ப்பமும் வழங்காத இந்த வெளிப்பாட்டில் என்ன நேர்மை இருக்கு?

காதல் மட்டுமல்ல, நட்புகூட, வாழ்நாளில் பகையாக வாழ்ந்த இருவரில், ஒருவர் இறப்பில் இன்னொருவர், நான் அவரை நட்பாக நினைத்தேன் என சிலாகிப்பது, யாருக்காக? எனெக்கென்னவோ... கமலின் இந்த அறிவிப்பு துரோகமாகவும் படவில்லை நேர்மையாகவும் படவில்லை. ஒரு சடங்காக படுகிறது. இவர் காதலி என்ற பட்டத்தை கொடுத்ததால் இறந்து போன ஸ்ரீவித்யாவிற்கு எந்த சந்தோசமும் கிடைக்காத ஒரு அறிவிப்பால்... ஆகப் போவது எதுவுமில்லை.:)

Banu Iqbal ஆணும் பெண்ணும் வேறு வேறு துருவங்கள்தான்... காதலும் நட்பும்தான் ஒன்னு சேக்குது ஒத்த அலைவரிசையில்... அறிவில்லாதவன் அடைய முடியாமல் பெண்களை திட்டி / ஆசீட் ஊத்தி வெறிய தீத்துக்கறான்.

கூடுதல் அறிவும் புத்திசாலித்தனமும் இருக்கவன் என் வாழ்வில் இதுதான் உன் பகுதி என சம்பந்தப்பட்ட பெண்ணுக்கு உணர்த்தாமல் சிலந்தி வலையாய் அவளை உணர்வலைக்குள் அடைத்து அடைந்து தப்பிக்க தத்துவம் சொல்லி நெஞ்சு நிமிர்த்தி நடப்பான்.

நேர்மையாய் விருப்பம் சொல்லி, பட்டும் படாமலும் வாழ்வுதான் என சொல்லி இணைபவர்கள் பிரச்சனையில்லை.

வாழ்ந்தாலும் ஒன்னோடதான் செத்தாலும் உன்னோடதான்னு சேரும் ஜோடியும் பிரச்சனையில்லை.

தன் அலைவரிசையில் வராத பெண்ணை உணர்வால் கைவசப்படுத்தி பின் உறவை வெட்டிக்கொள்ளும் அறிவுக்கொழுந்துகள் எல்லாம் தந்திரக்காரர்கள்.

Ilangovan Balakrishnan

கமலின் படம் என்பதற்காக ப்ரத்தியேக பிரியம் என்று ஒருபோதும் அதன்மீது எனக்கு ஏற்படுவதில்லை. படங்களில் அவருடைய மெனக்கெடுதல்கள் குறித்த பிரம்மிப்பு இருக்கும். ஆனால் தனிப்பட்ட முறையிலான ஈர்ப்பு எதுவும் எனக்கு இருக்காது.

சமீபத்திய அவருடைய பாபநாசம் படத்தை நான் மிகக் கடுமையாக விமர்சனம் செய்ததும்... ஆயிரத்துக்கும் மேலான ஷேர் போனதும், அதே விமர்சனம் அப்படியே பத்திரிக்கையில் பிரசுரம் ஆனதும் உங்களுக்கு நினைவு இருக்கும் என்று நினைக்கிறேன்.

சதிலீலாவதி போன்ற காமெடிப் படங்கள் மட்டும் விதிவிலக்கு. அதேசமயம் இப்படியான நகைச்சுவைப் படங்கள் விவேக், வடிவேலு, சந்தானம் என்று யார் கொடுத்தாலும் இதே அளவிலான ஆர்வத்துடன் நான் பார்க்கிறேன்

இதைத்தாண்டி— இதன் பாதிப்பு இல்லாத வேறு விசயம் நான் பேசுவது. தனி மனிதனாக அவர் வாழ்வின் எடுக்கும் முடிவுகளும் அதில் காட்டும் நேர்மையுமே வசீகரிப்பதாக நான் குறிப்பிட்டிருந்தேன்.

ஒருவர்கொண்டிருக்கும் ஒரு சிந்தனை அல்லது செயலை நேர்மை என இன்னொருவர் ஒப்புவதற்கு பல்வேறு வாழ்வியல்

விழுமியங்கள் குறித்த புரிதலும் அவைகளின்மீது அவரவர் கொடுக்கின்ற முன்னுரிமைகளும் ஒப்பிடத்தக்கதாய் இருக்க வேண்டியிருக்கிறது. உதாரணமாக “கற்பு “— என்ற ஒற்றைச் சங்கதி குறித்த புரிதலும், வாழ்வியல் விழுமியங்களுள் அதற்குக் கொடுக்கும் முன்னுரிமைகளும் ஆளாளுக்கு வேறுபடக்கூடியவை. அதற்குத் தக்கன ஒரு சிந்தனை— செயல் குறித்த அவரவர் புரிதலும், கமெண்ட்டுகளும் அமைந்திருக்கும்.

வாழ்வியல் விழுமியங்கள் குறித்த புரிதல்— முன்னுரிமை எனக்கும் கமலுக்கும் ஓரளவிற்கு பக்கத்தில் இருக்கும் போலிருக்கிறது. எனவே இவற்றை நேர்மை என குறிப்பிட எனக்கு சாத்தியப்படுகிறது என நினைக்கிறேன்.

●

6 Nov 2013 ரோமி - ஜுலி

நோ... நோ... குடும்பம்னா சின்னச் சின்ன மனஸ்தாபங்கள் வரத்தான் செய்யும்... அதுக்கெல்லாம் இப்பிடி கோவிச்சுட்டு வந்து டைவர்ஸ் கேட்கக் கூடாது...

அந்த அப்பாவிப் பயபுள்ளை மூஞ்சியைப் பாரு... வாழ்ந்தா உங்கூடதான் வாழ்வேன்னு நிக்கிறான். போ...போ... வீம்பு பண்ணாம அவனைக் கூட்டிட்டுப் போயி நல்ல படியா குடும்பம் நடத்துரதுக்கு வழியைப் பாரு.

6 Nov 2013 குடும்பம் என்னும் சுரண்டல் நிறுவனம்

குடும்பம் என்பதே சுரண்டல் தன்மைகொண்ட சமூக அமைப்புதான்.

யாரேனும் ஒருவர் உழைப்பார்கள்... மற்றவர் எல்லாம் அண்ணன் தானே... அக்காதானே என்று சல்சாப்பு சொல்லிக்கொண்டே உழைக்காமல் தின்பார்கள்.

பாசம் என்ற பெயரில் ஒருசிலர் சுரண்டப்படுவதற்கும், மீதி எல்லோரையும் சோம்பேறி ஆக்குவதற்கும் ஆகச் சிறந்த கருவியாய் தலைமுறை தலைமுறையாக குடும்பம் செயல்பட்டுக்கொண்டிருக்கிறது.

நாமெல்லாம் குடும்பத்தின் அங்கமாய் இருப்பதாலும், குடும்பம் என்றாலே அது புனிதமான — அற்புதமான சங்கதி என்று திரும்பத் திரும்ப நமக்கு மூளைச் சலவை செய்யப்பட்டிருப்பதாலும்... இதையெல்லாம் தாண்டி சிந்திப்பது நமக்கு சாத்தியப்படுவதில்லை.

இதனாலேயே தற்போதைய வாழ்வியலின் அடிப்படை கசடுகளைக் களைந்தெறிவதற்கோ, சுரண்டல் தன்மை இல்லாத மாற்று அமைப்பு பற்றி சிந்திப்பதற்கோகூட யாருக்கும் சாத்தியப்படுவதில்லை.

கலந்துரையாடல்:

Palani Kumar Nr:

கடைசியில அப்பா உனக்காக சம்பதிக்கிறது தப்புன்னு சொல்வீங்க. அம்மா உனக்காக சமைக்கிறது தப்புன்னு சொல்வீங்க. தங்கை உனக்காக உனக்கான சில வேலைகளை செய்யுறது தப்புன்னு சொல்வீங்க. தப்பு தப்பா என்ன இது.

Ilangovan Srinithi:

உண்மை நண்பா வேலியே பயிரை மேயிரமாதிரி நாம் உழைப்போம். திருட்டுத்தனமாக அவர்கள் நடந்து கொள்வார்கள்

Venkat trantorian:

பொருளாதார சுரண்டல் அல்லது பாசமான தியாகம் என்பதெல்லாம் இரண்டாம் பட்சம்.

ஒரு மனிதனின் சுதந்திரமும் தனித்துவமும் (அடுத்தவரை பாதிக்காத) ஒரு சமுதாயத்தால் பிடுங்கப்பட்டால் அதை "மனித உரிமை மீறல்" என்று சொல்லலாம். ஆனால் அதையே ஒரு "குடும்பம்" செய்யும்போது, அது புனிதம், தியாகம், பாசம், பந்தம்...

எப்படி கற்பு என்பது இயலாதவர்களின் கவசமோ, அப்படியே "குடும்பம்" என்பது தனித்துவம் இல்லாதவர்கள் மற்றும் இயலாதவர்களின் வாழ்வாதாரம்.

Balaji bala:

ரொம்ப complicated ஆனா விஷயத்தை கையிலெடுத்து எதிர்வரும் விமர்சனகளை பற்றி கவலைப்படாமல் உங்கள் மனதிற்கு சரி என்று பட்டதை வெளிப்படுத்தும் குணம் சூப்பர்… உங்களின் பலமும் பலகீனமும் அதுவே:) தங்களின் கருத்துக்கள் ஏற்றுக்கொள்வதற்கு கடினமாக இருப்பதற்கு காரணம் அதில் இருக்கும் உண்மையும் நியாயமும்தான். அருமையான பதிவு.

Baskaran Ram:

கூட்டுக் குடும்பம் என்று பட்டிமன்றங்களில் கவிதைகளில் கட்டுரைகளில் அறிஞர்கள் செயற்கையாகக் கூப்பாடு போடும் இந்த நேரத்தில் உண்மைகளை ஓங்கி உரைக்கும் உங்களைப் பாராட்டுகிறேன்.கூட்டுக் குடும்பத்தால் சுரண்டப்பட்டவன் என்ற முறையில் உங்களோடு நூற்றுக்கு நூறு உடன்படுகிறேன் !

Surya prakasan:

இது பொருளாதாரப் பார்வை.

Saravanan Krishna Murthi:

குடும்பம் என்பதே சுரண்டல் தன்மைகொண்ட சமூக அமைப்புதான் இதை முற்றிலும் நான் எதிர்க்கிறேன்

எனது வாழ்க்கையை முற்றிலும் மாற்றியது என் அண்ணன் ஆனந்தன் கிருஷ்ணமூர்த்தி மட்டுமே (குடும்பம் என்ற அமைப்புதான்). நான் வெறும் 8ம் வகுப்பு படித்தவன்தான் 1998 முதல் 2006 வரை. இப்பொழுது MCA and working as Software engineer in IBM India bangalore. இது அனைத்தும் என் அண்ணன் ஆனந்தன் கிருஷ்ணமூர்த்தி (குடும்பம்). இதை நான் யாரிடம் பகிர்ந்துகொண்டது இல்லை… குடும்பம் என்பதை தவறாக புரிந்தவர்களுக்கு மட்டும்.

Deepa Ram:

எங்கள் வீட்டில் நான்கு பேர்… யாரும் யாரையும் சார்ந்து இருப்பதில்லை… தங்களால் முடிந்த மட்டும் உளவியல் ரீதியான பிணைப்புகாக ஒருவருக்கொருவர் உதவிக்கொள்வோமே தவிர… முழுதும் சார்ந்து இருப்பதில்லை… வீட்டுக்கு தேவையான பொருள்

அனைத்தும் தங்களால் முடிந்த மட்டும் அவரவர் வாங்கி வைப்போம்... சுயமாக ஈட்டிய பணத்தை ஆளுக்கொரு வங்கி கணக்கு ஏற்படுத்தி சேமிப்போம்... அவரவர் சிறிய தேவைகளை அதற்குள் பூர்த்தி செய்வோம்... மற்றபடி பாசம் என்ற பெயரால் ஒருவரது உழைப்பை மற்றவர் சுரண்ட அனுமதிப்பதில்லை... பரிசும் கொடுப்போம்... பகிர்ந்தும் வாழுவோம்... ஆனால் தனக்கென ஒரு சேமிப்பை ஏற்படுத்தி அதையும் தனியாகப் பராமரிப்போம்... பாசம் பணத்தோடு ஒப்பிடப்பட்டால் அன்றே சுரண்டல் தன்மை ஆரம்பம்... அதனால் அதை செய்வதில்லை:)

Mohan Senthilkumar:

கண்டிக்கிறேன். குடும்பத்தாரை நேசிக்க, பழக, போற்ற தெரியாதவர் எப்படி தமிழ் மகன்?

ஒரு குழந்தை பிறந்த முதல் குறிபிட்ட வயது வரை அம்மாவிடம் சுரண்டுகிறது என எடுத்துக் கொள்ளலாமா?

St Nalini Ratnarajah:

சூபெர்ர்ர் ஆமா ஆமா ஜனநாயகம் நாட்டில் இல்லை என்று நாம் எல்லாம் அலட்டி கொள்கிறோம். உண்மையில் ஜனநாயகம் நடைமுறை படுத்தப்படாமல் மனித உரிமை மீறப்படும் இடம்தான் குடும்ப கட்டமைப்பு, பாலியல் சுரண்டலில் தொடக்கி பாலியல் வன்புணர்வு, அடிமைப்படுத்தல், துஷ்ப்ரயோகம் என்று அடுக்கிகொண்டே போகலாம்.

பட்டுக்கோட்டை பாலு:

உண்மைதான்... உறவுகளின் உண்மையான மனங்களை அறிய முடிவதில்லை... எப்போதெல்லாம் அவர்களுக்கு தேவைப்படுகிறதோ... அப்போதெல்லாம்... நம்மிடமிருந்து... உறிஞ்சிக் கொள்கிறார்கள்... சரி... இருப்பதில் கொஞ்சம் எடுத்துக் கொள்ளட்டும் என்றால்... முழுவதும் காலி பண்ணி விட்டு... நம்மை ஏளனமாக சிரித்து..."உனக்கு வாழத் தெரியவில்லை "என்ற ஒரு குற்றச் சாட்டையும் வைத்துவிட்டு செல்கிறார்கள்...! யாரைத்தான் நம்புவது?

Chellammai Nachiyappan:

எல்லாரும் நான் சுரண்டப்பட்டேன் என்று கூறுகிறார்களே. அப்படி கூறுபவர்கள் யாரும் இது வரையில் யாரையும் சுரண்டியதிலையா?

6 November 2013

பண்டைய இந்திய சமுதாயத்தில் இருந்த வெளிப்படையான தன்மையும், கருத்துச் சுதந்திரமும் இறை நம்பிக்கை உரிமையும் சமகாலத்தில் இல்லை என்றுதான் சொல்லவேண்டும்.

இந்திய அரசியல்சட்டம், அடிப்படை உரிமைகளில் ஒன்றாய் புத்திக்கு சரி எனப்பட்ட மதத்தை தழுவும் உரிமையை குடிமக்களுக்குக் கொடுத்துள்ளது.

ஆனால் நடைமுறையில் குழந்தைகளின் சுய சிந்தனை வளரும் முன்னரே மூளைச் சலவை செய்யப்படுவதையே காண்கிறோம். ஆக, சிந்திக்கும் தருணம் வரும் முன்னரே அவசர அவசரமாய் மதம் திணிக்கப்பட்டாகி விடுகிறது.

கிறித்துவுக்கு முந்தைய அசோகருடைய காலத்தில் சமூகம் இத்தனை கொடுமையானதாக இல்லை. இறைச் சிந்தனை பன்முகத்தானதாயும், ஒவ்வொருவரும் அவரவர் அறிவுக்குச் சரியெனப்படும் மதத்தைத் தழுவும் உரிமையும் பெற்றிருந்தனர். நடைமுறை வாழ்விலும் சகிப்புத்தன்மை, மதப்பொறுமை ஆகியவற்றினைக் காணமுடிந்தது.

ஒரே குடும்பத்தைச் சேர்ந்த ஒவ்வொருவரும் அவரவர் புத்திக்கு சரியெனப்படும் வெவ்வேறு இறை நம்பிக்கையுடன் வாழ்ந்ததோடு, நடைமுறை வாழ்வியலை அவர்களது தனிப்பட்ட வேறுபட்ட இறை நம்பிக்கைகள் எந்தவிதத்திலும் பாதிக்காமல் இருந்ததையும் கவனிக்க முடிகிறது.

உதாரணத்துக்கு சொல்வதானால் அக்காலத்தில்,

சந்திர குப்தமௌரியரின் மதம் — சமணம்

அவர் மகன் பிந்துசாரரின் மதம் — ஆஜீவிகம்

அவர் மகன் அசோகரின் மதம் — பௌத்தம்.

அவர் மகன் குணாலனின் மதம் — வைசேசிகம்

அசோகரின் பேரன் சாம்பிராட்டியின் மதம் — சமணம்.

இந்த நம்பிக்கைகள் குடும்ப உறவையோ, வாழ்வியலையோ பாதித்துவிடவில்லை.

ஆக, எந்த அளவிற்கு மனிதன் சுய சிந்தனையுடன் வளரும் வாய்ப்பு இருந்திருக்கிறது அந்தக் காலத்தில் என்று பாருங்களேன்.

இதற்கு மாறாக, மத வெறியும், மதத்தின் பெயரில் நடைபெறும் மனித சித்திரவதை, கொலைகளும் பண்டைக் காலத்தை விடவும் சமகாலத்தில் மிகுதியாக இருக்கின்றன.

இதற்கு மனிதனின் சுய சிந்தனையை வளர்க்க விடாமல் குழந்தைப்பருவத்திலேயே நாம் எல்லோருக்கும் திணிக்கப்படும் மதம் என்னும் மூளைச் சலவையே அடிப்படைக் காரணமாய் விளங்கியும், தொடர்ந்தும் வருகிறது.

10 August 2016

இதிகாசத்தை நம்பாதவர்கள் செய்தது இந்த நாசம் என்கிறார்கள்.

அப்படி என்னதான் இருக்கிறது இதிகாசத்தில் என்று பார்ப்போம்.

சம்பூகனின் தலையை வெட்டினான் ராமன்.

காரணம்?

சூத்திரனான சம்பூகன் பாடம் படித்தானாம். பிராஹ்மணர் மட்டுமே செய்ய வேண்டிய யாகம் நடத்தினானாம்.

ஆக இராமாயணம் சொல்வது சூத்திரன் பாடம் படித்தால் தலையை வெட்டுவோம் என்பது.

இந்தக் கேவலத்தை — அசிங்கத்தை இராமாயணத்தைத் தூக்கிப் பிடிக்கும் சுரணை உள்ள எந்த மனிதனும் கண்டித்திருக்கிறானா?

மகாபாரதம் என்ன சொல்கிறது?

வில் வித்தை படித்த ஏகலைவனின் கட்டை விரலை வெட்டச் சொல்கிறது...

சூத்திரன் கர்ணன் போர் திறன் கற்றதற்காக அவனுக்கு சாபம் கொடுக்கச் சொல்கிறது.

(edited and added: "கர்ணன்தான் பிராமணன் என்று பொய் சொல்லி கற்க வந்தவன் ஆனால் நடந்த சம்பவம் அவன் சத்திரியன் என்று தெரிய வைத்தமையால்தான் சாபம் பெற்றான்".— தகவலுக்கு நன்றி: @Sivarajah Selvan Pathmaharan)

இந்தக் கேவலமான மானுட விரோதத்தன்மைகொண்ட வரணாசிரம — சனாதன தர்மத்தைக் காக்கவே பூமியில் அவதாரம் எடுத்ததாக கிருஷ்ணன் சொல்கிறான், மகாபாரதத்தில்.

அவ்வளவுதானே?

பிறப்பொக்கும் எல்லா உயிர்க்கும் என்னும் ஒரு மனித நேய நாட்டில் சமத்துவத்தை உறுதிப்படுத்தும் ஒரு மக்களாட்சி நாட்டில்...

எப்படி அனுமதிக்க முடியும் இந்த மனித விரோதத் தன்மைகொண்ட — இந்திய அரசியல் அமைப்புச் சட்டத்துக்கு எதிரான ராமாயணத்தையும், மகாபாரதத்தையும்.?

●

28 October 2016 சாதி சான்றிதழ்

Selva Murugan:

சாதியின் இருப்பை அங்கீகரித்து அரசாங்கமே சான்றிதழ் கொடுக்கும்போது சாதியை ஒழிப்பது எப்படி?

(இது இட ஒதுக்கீட்டுக்கு எதிரான கருத்து அல்ல).

Ilangovan Balakrishnan

சாதி பொய். சாதியால் நேர்ந்திருக்கும் பாதிப்பு மெய்.

சாதியால் நேர்ந்திருக்கும் பாதிப்பிற்கான ஒரு நிவாரணம், இட ஒதுக்கீடு.

சாதியால் பாதிக்கப்பட்டவருக்கான நிவாரணம் என்பது சாதியின் மூலம் அடையாளம் காணப்பட்டு அளிப்பதே சரியும், இயல்பும்.

எனவே நிவாரணத்திற்கான சாதி அடையாளம் அரசுக்கு தற்காலிகமாய் அவசியமாய் இருக்கிறது.

இதற்கு அரசு, சாதிக்குத் தரும் அங்கீகாரம் என்பது பொருள் இல்லை.

சாதியை அங்கீகரிக்கும் அரசாங்கம் அமைந்தால் அது மனித உரிமைக்கும், சமத்துவத்துக்கும் புறம்பானதாக — இந்திய அரசியல் அமைப்புச் சட்டத்துக்கு விரோதமானதாக அமைந்திருக்கும்.

15 March 2016

மா.செந்தில் குமார் அம்பில்

ஒவ்வொறு சாதிக்குப் பின்னாலும் ஒரு வரலாறும், மக்களின் பண்பாடும் இருக்கிறது சாதியும்,இனமும் அவர்களை மண்ணின் பூர்வகுடியென அடையாளப்படுத்தவே அன்றி யாரையும் சிறுமைபடுத்த அல்ல...

Chandra Bose

ஜாதிப் பெயர் ஒட்டாக இருப்பதாலேயே அவர்கள் ஜாதி வெறியர்களாக இருப்பார்கள் என்று எண்ண முடியாது. வட

மாநிலங்களில், அனைவருக்கும் ஜாதிப் பெயரினை இணைத்தே, (பெண்களுக்கும்கூட) அழைக்கின்றனர், பதிவிடுகின்றனர்.

Joseph Augusteen

சாதிப்பெயர் ஒட்டி இருப்பதால் அவர்கள் சாதிவெறியர்கள் அல்ல. திரு.போஸ் வடநாட்டில் சாதிப் பெயர் சேரந்தே இருக்கும் என்று எழுதியிருந்தார். அது சாதிப்பெயரலல்ல. குடும்பப்பெயர். சர்நேம் என்ற சொல்வார்கள்.

Ilangovan Balakrishnan:

நரபலி, விதவைகள் உடன் கட்டை ஏற்றுதல், பொட்டுக்கட்டும் வழக்கம், பால்யவிவாகம் எல்லாம் எப்படி பண்பாடு அல்லாத மனித குல விரோதக் காரியமோ, அதுபோல ஜாதியும் பண்பாடு அல்லாத, மனிதகுல விரோதக் காரியம் மட்டுமே.

ஜாதி என்பது சக மனிதனை பிறப்பு காரணமாய் உயர்த்தியோ தாழ்த்தியோ வைக்கும் தீண்டாமைக் கொடுஞ்செயலின் வெளிப்பாடு தானே ஒழிய அது தவிர்த்து ஜாதி இருப்பின் பயன்பாடு வேறு இல்லை.

பெரியோர் என வியத்தலும் இலமே சிறியோர் என இகழ்தல் அதனினும் இலமே. யாதும் ஊரே யாவரும் கேளிர்— என்ற கணியன் பூங்குன்றன் காட்டும் சமத்துவ சமுதாயமே தமிழருக்கான சமுதாயம். இதற்கு புறம்பாக சக மனிதனை வெறுத்தும், ஒதுக்கியும் வைக்கும் வர்ணாசிரம — சனாதன அதர்மம் கொடுத்த ஜாதிகள் வடக்கத்தியரின் கண்டுபிடிப்பு. ஜாதி என்பதே தமிழ்ச்சொல் அல்ல என்பதே இந்த வட— தென் பண்பாட்டை எளிதில் விளக்கிவிடும் சான்றாய் அமைந்திருக்கிறது.

சர் நேம் என்பது குடும்பப் பெயர் என்பது சப்பைக்கட்டு. சக மனிதரை இழிவுபடுத்தித்தான் ஒருவர் சர் நேம் வைத்தாகவேண்டும் என்று யாதொரு அவசியமும் இல்லை.

பகுத்தறிவு இயக்கம் தோன்றிய தமிழ் நாட்டில் 90% பேருக்கு மேல் தந்தை பெயரை மட்டுமே சர் நேமாக வைத்திருக்கிறோம். சக மனிதர்களிடம் ஜாதி அடையாளம் இன்றி சமத்துவமும், மகிழ்வுமாய் பழகுகிறோம். இந்தச் சர் நேமில் தேச அளவிலும், சர்வதேச அளவிலும் எந்தவொரு சிக்கலும் நேர்வதில்லை.

சர் நேமிற்காக சாதிப் பெயர் போட்டுக்கொண்டாக வேண்டும் என்பது மனித விரோத ஜாதி வெறியின் பம்மாத்து அவதாரமே ஒழிய வேறு ஒன்றும் இல்லை.

15 March 2016

ராஜ்குமார் பார்த்திபன்

நீங்களாவது கௌரவக் கொலைனு சொல்லலை. அது வெறியாட்டம். அதுக்கு கௌரவம்னு பேர் வைத்து அலங்காரப் படுத்துகிறார்கள்.

Ilangovan Balakrishnan:

வடக்கத்திக்காரர்கள் தொடங்கி வைத்த பம்மாத்து அது.

அவர்கள் சமத்துவ சமுதாயத்தில் நம்பிக்கை இல்லாதவர்கள். சக மனிதர்களை அடிமைப் படுத்திப் பிழைக்கும் மனித விரோதக் காரியத்தை உயர்த்திப் பிடிப்பவர்கள்.

அவர்கள்தான் வர்ணத்தையும் ஜாதியையும் தொடங்கி வைத்தவர்கள். சமத்துவ சமூகமான தமிழ்ச் சமூகத்திடையேயும் ஜாதியை மெல்லப் பரப்பி நாசப்படுத்தியவர்கள்.

இன்றைக்கும் வடக்கத்திக்காரர்கள் பெயரை விட்டு விட்டு ஜாதியால் மட்டுமே அடையாளம் காணப்பட விரும்பும் கேவலச் சிந்தனைகொண்டவர்கள்.

அவர்கள்தான் இப்படிப் பட்ட கொலைக்கு ஹானர் கில்லிங் என்று பெயர் வைத்து இந்த கொடுஞ்செயலை வழக்கம் போல் தமிழகத்துக்கும் பரப்பி விட சுரணை இல்லாத தமிழ்ச்சமூகமும் இந்த ஆணவக் கொலையை கௌரவக் கொலை என்று வெட்கமின்றி உச்சரித்துக்கொண்டிருக்கிறது.

●

8 November 2013 பார்ப்பனர் வெறுப்பு வேண்டாம்

ஒரு பாலியல் தொழிலாளியை வெறுக்கவோ, ஒதுக்கவோ உனக்கென்று ஏதேனும் காரணம் இருக்கலாம். ஆனால் அவளுக்குப் பிறந்த குழந்தையை அவளுக்குப் பிறந்த காரணத்திற்காக புறந்தள்ளுவது மனித உரிமை மீறலே.

தீண்டாமையை ஏற்படுத்தி சமுதாயத்தை நாசப்படுத்திய வேதங்களைப் படைத்ததற்காக பார்ப்பனியம்மீது மனித நேயர்களுக்குக் கோபம் இருக்கலாம். ஆனால் அந்தக் காரணத்திற்காக சமகாலப் பார்ப்பனர்களை வெறுப்பதோ, ஒதுக்குவதோ எப்படி ஒரு நேர்மையான காரியமாய் இருக்க முடியும்?

பிறப்பால் பார்ப்பனனாய் ஆனதால் மட்டும் ஒருவன் காலம் முழுக்க குற்றவுணர்ச்சி சுமக்க எதிர்பார்ப்பதில் நியாயம் என்ன இருக்கிறது?

“பிறப்பால் சூத்திரனாய் ஆனாய்” — என்று சொல்லி அடிமைத்தனத்தைத் திணித்த வர்ணாசிரம சனாதனக் கொடுமையிலிருந்து இது எந்த வகையில் வேறுபடக் கூடும்?

பார்ப்பனிய வெறிகொண்ட பார்ப்பனர் அல்லாதோரும் நம்மிடயே இருக்கிறார்கள்; பார்ப்பனியம் ஒதுக்கி மனித நேயம் விழையும் பார்ப்பனர்களும் இருக்கிறார்கள்.

இப்படிச் சொல்வதால், பார்ப்பனியத்துடன் செய்யும் சமரசம் ஆகாது இது. மென்மேலும் வீரியம் சேர்க்கும் இலக்கு எது எண்ணும் தெளிவு. என்றென்றும் மனிதர்களை அல்ல; தீய கருத்துக்களை எதிர்ப்பதே மானுடம் பேணும் சங்கதியாய் இருக்கும்.

●

24 November 2016 மானுட நேசம்

பெண் என்றாலே பெண் உரிமை புரியும் என்றோ சூத்திரன் என்றாலே பார்ப்பனியத்தின் கொடுமை புரியும் என்றோ நம்புவது தட்டையான பார்வை.

மனித நேயம் புரிந்தவர்களுக்கு இரண்டும் புரியும், மனித நேயம் புரியாதவர்களுக்கு இரண்டும் புரியாது.

அப்படித்தான் பொருள் கொள்ளவேண்டும்.

நான் எனக்குச் சரியெனப்படும் மனித நேய பெண்ணுரிமைக் கருத்துக்களை வெளிப்படுத்தும் போதெல்லாம் அவைகளுக்கான பெண்களின் அங்கீகாரம் குறித்து அலட்டிக் கொள்ளமாட்டேன்.

மனித நேய சமூக நீதிக் கருத்துக்களை வெளிப்படுத்தும் போதெல்லாம் அக்கருத்துக்களுக்கு சூத்திரர்களின் அங்கீகாரம் குறித்தும் அலட்டிக் கொள்ள மாட்டேன்.

நமக்கான் ஒற்றை வாழ்வை நாம் எந்த அளவிற்கு மானுட நேசத்துடன்கொண்டு செல்லவேண்டும் என்பதை நாம்தான் தீர்மானிக்க வேண்டுமே ஒழிய அவை குறித்த மற்றவர்களின் சிந்தனை— புரிதல் குறைவுகள் அல்ல.

●

7 January கறுப்பு நிறம்

Ilangovan Balakrishnan:

எனக்கு நெருக்கமான நண்பர் ஒருவர் மனந்திறந்து ஒரு முறை பேசியது என்றைக்கும் என்னால் மறக்க முடியாது.

அவருடைய இரண்டு குழந்தைகளில் கறுப்பாய் இருக்கும் குழந்தையை மட்டும் அதிகம் அவர் கொஞ்சியது இல்லையாம்.

குழந்தைக்கும், அப்பாவிற்கும் இருக்கும் நெருக்கத்தைக்கூட கறுப்பு நிறம் பற்றிய பொதுப்புத்தி குறைத்து விடுகிறதே. இதை கேள்விப்பட்டபோது அப்பா— குழந்தை உறவையே பாதிக்கும் இந்த மனோபாவம் சமூகத்தில் எத்தனை பெரிய மனித விரோத சக்தியாய் உலா வந்துகொண்டிருக்கும் என்று கணிக்கவும், வருந்தவும் வைக்கிறது.

பத்மஸ்ரீ விஜயகுமார்:

எனக்கு தெரிஞ்ச தோழி ஒருத்தி, நிறத்தை கிண்டல் பண்ணுவாங்கனு காலேஜ்ல ஸ்டேஜ் ஏறி பேசமாட்டாங்க.

Ilangovan Balakrishnan:

வெள்ளைப் பெண்களையே கதாநாயகிகளாகக் காட்டும் சினிமாக்கள், வெள்ளைப் பெண்களையே டிவியிலும், விளம்பரங்களிலும், மேடைகளிலும் முன்னிருத்தும் அசட்டுத்தனமான பொதுப்புத்தியின் விளைவுதான் இது.

வெள்ளை நிறமிக்குறைபாடின் அடையாளம் என்பதை விட்டு விட்டு வெள்ளைதான் அழகு என்ற மூளைச் சலவைக்கு ஆட்பட்டுவிட்டது இந்த சமூகம்.

தென்னகத்தில்— குறிப்பாய் கிராமங்களில் நூற்றுக்கு 90 பெண்கள் கறுப்பாய் இருப்பதே இந்த மண்ணில் இயல்பு என்று இருக்கும்போது இவர்கள் திணிக்கும் வெள்ளை மோகம், 90% பெண்களின் ஆளுமையை இப்படித்தான் கடுமையாகப் பாதித்துக்கொண்டிருக்கிறது.

25 November 2015

மாணவர்கள் தண்ணியடிக்கும்போது பொங்காத பொங்கலை எல்லாம் மாணவிகள் தண்ணியடிக்கும்போது மட்டும் ஸ்பெசலாய் பொங்கிக் குவிக்கிறது இந்தச் சம்ம்ம்முவம்.

ஆண் கூடிக் குடித்தால் பொங்க வேண்டியதில்ல. பெண் கூடிக் குடித்தால் பொங்கியாகனும் என்ற சமூக மனோநிலையின் பெயர் ஆணாதிக்கம்.

ஒருவேளை டாஸ்மாக்கை எதிர்த்துப் போராடும் பெண்கள் எல்லாம், அதை விட்டுவிட்டு பப்ளிக்காய் நாளு நாள்

சரக்கடிச்சா இந்த கலாச்சாரக் காவாலிங்க கடைகளை இழுத்து மூடுவானுகளோ...

ஐ ஆம் சீர்ர்ரியஸ் கர்ர்ல்ஸ்... ஒய் டோண்ட் யூ ட்ரை ஒன்ஸ்... ?

●

8 November 2016 பத்தினன் விபச்சாரன்

ஆணாதிக்கம் ரெண்டு விதமான பெண்களைப் பிரித்து உருவாக்குகிறது.

பத்தினிகளாக — விபச்சாரிகளாக.

முதல் ரகத்தினர் இவர்களின் ரத்தத்தில் — விந்தில் இருந்து மட்டும் வெளிவரும் சுத்தமான வாரிசுகளைப் பெத்து வளர்க்கும் அடிமைகள்.

இரண்டாம் ரகத்தினர் இவர்களின் காம வக்கிரங்களுக்குத் தீனி போடும் அடிமைகள்.

உலகப் பெண்கள் மீதான இவர்கள் பார்வை, சிந்தனை, செயல்கள் அத்தனையும் இந்த ரெண்டு பிரிவுக்குள்ளேயே அடங்கும்.

இருவரையையும் ஆண்களே உருவாக்கி அடையாளம் இடுகிறார்கள், ஆண்களாகிய தங்களுக்குள் பத்தினன், விபச்சாரன் என்ற அடையாளங்கள் எதுவுமே இல்லாமல்.

16 March 2016

இந்த ஆணாதிக்க சமுதாயத்தில் ஆணாகப் பிறந்துவிட்டேன். பெண்ணிய அடக்குமுறையைக் காணும் போதெல்லாம் இப்படியொரு பிறப்பு எடுத்ததற்கு வருத்தமாயும், கேவலமாயும் உணர்கிறேன்.

ஆனால் அப்படி வருத்தப்படுவதாலும், கேவலப்படுவதாலும் மட்டும் பாதிக்கப்படும் எளியவர்களுக்கு ஆவது ஏதேனும் இருக்கிறதா ?

ஒன்றும் இல்லையே.

ஆக, பாதிக்கப்படும் பெண்கள் பாலினச்சமத்துவத்துக்காக எந்த அளவிற்கு பாடுபடுகிறார்களோ அந்த அளவிற்கும், அதற்குக் கூடுதலாயும் பணி செய்வதே ஆணாய்ப் பிறந்து விட்ட இந்தப் பிறவியை நியாயப்படுத்தும் காரியம் என உணர்கிறேன். அதுபோலவேதான் ஆதிக்க சாதியில் பிறந்தவர்களின் நிலையும். ஆதிக்க சாதியில் பிறந்ததற்காக வருத்தப்பட்டோ, கேவலமாய் உணர்ந்தோ அதனால் ஆதிக்க சாதி வெறியால் பாதிக்கபடும் எளியவர்களுக்கு ஆகும் காரியம் ஒன்றும் இல்லை.

சாதியால் பாதிக்கப்படுவோர் சமத்துவத்துக்காக உழைக்கும் அளவிற்கும், அதற்குக் கூடுதலாயும் ஆதிக்க சாதியில் பிறந்தவர்கள் பணி செய்வதன் மூலம் இந்தப் பிறவியின் பயனை நியாயப்படுத்திக் கொள்ளலாம்.

இதனை விட்டுவிட்டு இப்படிப் பிறந்துவிட்டோமே என்பதற்காக ஆணாதிக்க வெறியையும், ஆதிக்க சாதிவெறியையும் நியாயப்படுத்திக்கொண்டே இருந்தால் மானுட குலத்தின் களங்கமாகவே நமது பிறப்பு அடையாளம் காணப்படும்.

12 May 2016

ஒரு பெண்ணை "வாழாவெட்டி" என்று சொன்னால் பெண்மைக்கு இழுக்கு ஆனால் "கற்பரசி" என்று சொன்னால் பெண்மைக்கு இழுக்கு அல்ல என நினைக்கிறீர்களா?

ஒரு மனிதனை "சூத்திரன்" — என்று சொன்னால் மனித குலத்துக்கு இழுக்கு ஆனால் "ப்ராஹ்மனன்" — என்று சொன்னால் மனித குலத்திற்கு இழுக்கு அல்ல என்று நினைக்கிறீர்களா?

த்சூ... ரொம்ப தூரம் போவனும் தம்பீ...

11 December 2014

பாரதியும், பெரியாரும்

சமூக நீதி, பெண்ணுரிமை, மனித நேயம் போன்ற சங்கதிகளில் பெரியாரிடம் ஒப்பிட்டு பாரதியாரைக் குறை சொல்லும் போக்கினை ஆங்காங்கே காணமுடிகிறது.

பாரதியைக் கணிக்கும்போது அவருடைய பிறப்புச் சூழலை கவனத்தில் வைப்பதோடு வாழ்ந்த வயதையும் சேர்த்துக் கொள்ள வேண்டியது அவசியமானதாகும்.

39 வயது வரை மட்டுமே பாரதி வாழ்ந்தார். எத்தனை கூடுதல் ஆனாலும் அந்த வயதுக்கான அனுபவம் + பக்குவமே அவருடைய சிந்தனையிலும், எழுத்திலும் இருந்திருக்கும்.

ஒருவேளை பாரதியின் வயதில் பெரியார் செத்திருந்தால் என்ன சொல்லியிருப்போம்... பெரியாரை

கதர் துணியை தலையில் சுமந்தபடி கிராமம் கிராமமாய் சென்று விற்ற தீவிர காங்கிரஸ் தொண்டர் என்றே வரலாறு அடையாளப்படுத்தியிருக்கும் இல்லையா?

94 வயதுவரை வாழ்ந்து பல்வேறு பரிணாமங்களைக் கடந்து பக்குவப்பட்ட ஜீவன் பெரியார். அவருடைய சமூகப் பங்களிப்புடன் பாரதியை ஒப்பிடுவதோ, அதன் அடிப்படையில் குறை சொல்வதோ சரியான அணுகுமுறையாக அமைந்திடாது.

●

18 June 2016 உடல் செம்மை

அறிவுச் செம்மையைப் பற்றிப் பேச பல லட்சம் எழுத்தாளர்கள் இருக்கிறார்கள். பல கோடி கட்டுரைகளும் எழுதியியாயிற்று.

ஆனால் உடல் செம்மையைப் பற்றிப் பேசுவதற்கு அநியாயத்துக்கு யாருமே இல்லை.

உடல் செம்மை பற்றி சிந்திப்பது குற்றவுணர்ச்சி தரும் சங்கதியாக, பேசுவதோ ஆபாசமானதாக மனிதர்களுக்கு மூளைச் சலவை செய்யப்பட்டுள்ளது.

இதுபற்றிய உணர்தல் ஒரு சிலருக்கு ஒரு கால கட்டத்தில் வரும்போது ஏற்கெனவே அவர் ஆரோக்கிய உடல் நிலையைத் தாண்டி அடுத்த கட்டத்துக்குப் போய் விட்டிருக்கிறார்.

ஆக நமது சமூகச் சூழலில் அறிவுச் செம்மை குறித்து பேசுவதற்கு குறைந்த பக்குவமும், உடல் செம்மை குறித்து பேசுவதற்கு கூடுதல் பக்குவமும் தேவையாக இருக்கிறது என்பதே எனது புரிதல்.

18 June 2016

நேர்த்தியான உடல்

“நேரம் தவறாமை என்பது ஒற்றையான நல்ல பழக்கம் அல்ல— நல்ல பழக்கங்கள் பலவற்றின் ஒட்டுமொத்தம்” — என்பார்கள்.

செய்யும் வேலையில் இருக்கும் ஈடுபாடு, நம்மை மதிக்கும் தன்மை, வேலையில் தொடர்புடைய மற்றவர்களை மதிக்கும் தன்மை, முறையான திட்டமிடல், சுறுசுறுப்பு— இப்படியாக பல்வேறு நல்ல பழக்கங்களின் ஒட்டு மொத்த விளைவாகவே “நேரம் தவறாமை” — அமைந்திருக்கிறது.

“நேர்த்தியான, சக்தி (stamina) வாய்ந்த உடல்” என்பதும் அதுபோலவே ஒற்றை நல்ல பழக்கமாய்த்தெரியவில்லை. முறையான உணவுப் பழக்கம், நல்ல உடல் உழைப்பு, சிறந்த சிந்தனை— மகிழ்வான எண்ணம், தேவையான ஓய்வு— ஆகியவற்றை உறுதிப்படுத்துவதன் மூலமே நேர்த்தியும் சக்தியும் வாய்ந்த உடலைச் சமைப்பது சாத்தியமாய் இருக்கிறது.”

25 October 2016

சுய நலம் மனித இயல்பு

சுய நலம் மனித இயல்பு. அவரவர் தேவை அவரவர்க்கு. ஆக அப்படித்தான் அவர்கள் இருப்பார்கள்.

இன்னார் இந்தனை சதவீதம் மட்டும் சுய நலம் பார்க்க வேண்டும் என்று அடுத்தவர்களுக்கு வரையறை நிர்ணயிக்கும் தகுதி நமக்கில்லை.

உதாரணத்துக்கு நீ சைவம் என்று வைத்துக்கொள். நடுக்காட்டில் புலி ஒன்று எதிர்படுகிறது. அந்தப் புலியிடம், "இதோ பார் புலியே... நான் சைவம்; எனவே நீயும் சைவமாய்தான் இருக்கவேண்டும்"— என்று சொன்னால் நீ சொல்வதை எந்தப் புலி கேட்டு நடக்கும்?

அதுமாதிரிதான் எதிர்படும் நபர்களிடம் இவர்கள் சுய நலம் இல்லாதவர்களாய் இருக்க வேண்டும் அல்லது இத்தனை சதவீதம்தான் சுய நலத்துடன் இருக்க வேண்டும் என்று எதிர்பார்ப்பதும்.

தீதும் நன்றும் பிறர் தர வாரா. எதிர்பார்ப்பு இல்லையெனில் ஏமாற்றமும் இல்லை. ஒவ்வொருவரையும் கணித்து அவர்களை நிறுத்த வேண்டிய தூரத்தில் நிறுத்துவதே இச்சிக்கலுக்கான தற்காலிக தீர்வு. அப்படித் தள்ளி வைப்பதற்காக கவலைப் பட வேண்டிய அவசியம் இல்லை. இதற்காக தனி நபர்களை வெறுக்கவும் வேண்டாம்.

அத்தோடு மாறுதல் என்பது மனித இயற்கை. அத்தனை சுய நலத்துடன் நடக்கும் அளவிற்கு அவருக்கான வாழ்வியல் நிர்பந்தங்கள் என்னவோ நமக்குத் தெரியாது.

சூழல் மாறும்போது நம்மை விடவும் அவர் சுய நலம் குறைந்தவராகவும், அன்பானவராகவும் மாறிட வாய்ப்பும் இருக்கிறது என்பதை மறக்க வேண்டாம்.

8 August 2016

உங்கள் கணவரோ, மனைவியோ உங்களிடம் ஏதேனும் ஒரு விசயத்தை சொல்ல விரும்பவில்லை என்றால் அவர் விருப்பத்தை மீறி அதை அறிய முயலாதீர்கள்.

மாறாக அப்படி புலனாய்ந்து நீங்கள் அறிந்த தகவல்கள் உண்மையோ— பொய்யோ அவை காலம் முழுக்க உங்களுக்கு சுமையாக மட்டுமே அமைந்திருக்கும்.

அப்படி அறிவதால் நீங்கள் பெறுவது மகிழ்வு என்றோ வெற்றி என்றோ நீங்கள் நினைத்தால் அது பொய்த்தோற்றமே ஒழிய நிரந்தரமானதல்ல.

இந்த கூடுதல் அறிவின் மூலம் உங்கள் துணைவரை நீங்கள் செம்மைப் படுத்திவிடலாம் — அல்லது மிரட்டிப் பணிய வைத்துவிடலாம் என்று திட்டமிட்டால் அத்தகைய முயற்சிகள் ஆழமான வடுவாகவும் — காலப் போக்கில் ஏமாற்றமாகவுமே அமையும்.

(இன்பாக்ஸில் ஆலோசனை கேட்டவர் பெயரை வெளியிட வேண்டாம் என்றதால் அதனை மதித்து இங்கு டேக் பண்ணாமல் விடப்படுகிறது)

●

18 January 2015 தீப்பிடிக்க... தீப்பிடிக்க... முத்தம் கொடுடா...!

எனக்கென்னவோ உலகின் பெரும்பாலான விலங்குகளும், பறவைகளும் பெரும்பாலான சமயங்களில் மனிதன்மீது தான்கொண்டிருக்கும் பேரன்பைக் காட்ட விரும்புவதாகவே தோன்றுகிறது.

நம்மைப் போல் வாய் மட்டும் இருந்தால் சட்டுனு நேர்மையாய் ஐ லவ் யூன்னு சொல்லிடும்... பாவம் பேசத்தெரியறதில்லையே அதுங்களுக்கு.

அதனால அதுக்கு தெரிந்த உடல்மொழியில் அதனுடைய அன்பை நமக்கு வெளிப்படுத்த முயற்சி செய்கின்றன.

ஒரு விலங்கினைப் பார்த்தால் மனிதக் குழந்தைக்கு எப்படி பிரியம் வருகிறதோ... தொட்டுப்பார்க்க வேண்டும் என்று ஆசை தோன்றுகிறதோ அதுபோலதான் இந்த குரங்குக்குட்டிகளுக்கும் மனிதனைப்பார்த்தால் தோன்றுகிறது.

படத்தில் இருப்பவை எல்லாம் காட்டுக் குரங்குகள்தான். பயிற்சி கொடுக்கப்பட்ட வீட்டு விலங்கு அல்ல.

மனிதனைத் தொடுவதில் அந்த குட்டிகளுக்கு இருக்கும் ஆர்வத்தை — திருப்தியை அதன் கண்களில் இருந்து பார்க்கலாம்... நாம்தான் பாவம் அவைகளுக்கு அப்படி ஒரு வாய்ப்பு கொடுப்பதில்லை.

தொட்டுப் பார்த்ததும் அடுத்ததாய் விலங்குகள்/ பறவைகள் செய்யும் காரியம் நக்குவது— லேசாகக் கடித்துப் பார்ப்பது/ கொத்திப் பார்ப்பது.

இவையும் அவை மனிதன்மீதுகொண்டிருக்கும் அன்பின் வெளிப்பாடுதான்.

“தீனிபோட்டால் மட்டும் மிருகம்/பறவை நம்மிடம் வரும். போடாவிட்டால் வராது” — என்பது தட்டையான பொதுப்புத்தி. உணவு, சுவாசம்போல நேசமும் அவைகளின் வாழ்வியலாய் இருக்கின்றன.

நிஜமான நேசத்தோடு விலங்குகளை அனுகினால் அவற்றின் மொழி நமக்கும், நமது மொழி அவைகளுக்கும் எளிதில் புரிபடுகிறது.

இங்கே தீப்பிடிக்க... தீப்பிடிக்க முத்தம் கொடுத்துக்கொண்டிருக்கும் காட்டுக் குரங்குக் குட்டியைப் பாருங்களேன்... நான் சொன்னதில் இருக்கும் உண்மை புரியும்.

● ● ●

பகுதி - 4

சொத்து, ஒரு மன நோய்!

1 February 2015 கும்பாபிசேகமும், டெங்குவும்:

என் நண்பர் தினகரன் ஆஸ்திரேலியாவில் இருந்து வந்திருக்கிறார்... அவரும் என்னை மாதிரியே... இல்லயில்ல கொஞ்சம் வேறு மாதிரியான லூஸு.

இரண்டு மாத லீவெடுத்து வந்து நாங்கள் பிறந்த கிராமமான மம்சாபுரத்தில் இப்போது தங்கியிருக்கிறார்.

கிராமத்தில்லுள்ள எல்லா பள்ளிக்கூடத்திற்கும் சென்று அங்குபோதுமான குடி நீர் கிடைக்கிறதா— கிடைக்கும் நீர் குடிக்கும் தன்மையில் இருக்கிறதா என்பதை ஆராய ஆரம்ப சில நாட்களை ஒதுக்கியிருந்தார்.

ஐந்து பள்ளிகளிலிருந்து குடி நீர் சாம்பிள் எடுத்து சென்னைக்கு வந்து இங்கிருக்கும் அரசுப்பரிசோதனை நிலையத்தில் கொடுத்து ரிசல்ட்டும் வாங்கி, அதன் படியான நிவாரணத்தினை முடித்திருக்கிறார். (நீங்க பொதுக்காரியத்துக்காக உங்க காசை செலவழிச்சு இந்த தண்ணீரை சோதனை செய்யலாம். ஆனால்

எங்களுக்கு கொடுக்க வேண்டிய மாமூல் எங்களுக்கு வந்தாகனும் என்று பேசிய அரசு ஊழியர்களிடம் இவர் முழி பிதுங்கி நின்றது தனிக்கதை)

டெங்கு நோயால் பாதிக்கப்பட்டிருக்கும் ராஜபாளையம், ஸ்ரீவில்லிபுத்தூர் இரண்டுக்கும் நடுவில் இருக்கிறது இந்த மம்சாபுரம் கிராமம்.

எனவே இந்த கிராமத்தின் சாக்கடை மற்றும் கழிப்பறை இல்லா பள்ளிகளைப்பற்றிய கவலையே இவருடைய முதன்மை சவாலாக இருக்கிறது.

தனது உழைப்பில் சம்பாதித்த ஒரு லட்ச ரூபாயைச் செலவழித்து பள்ளிக்கூடத்திற்கான கழிப்பறை வசதியை இந்த வாரம் செய்து முடித்திருக்கிறார். அடுத்து பள்ளியையும், கோவிலையும் ஒட்டியிருக்கும் தேங்கிக்கிடக்கும் சாக்கடை முக்கிய பிரச்சனையாக இருக்கிறது.

ஊர் மக்களிடமும், கிராம நகராட்சியிலும் எவ்வளவோ முறையிட்டபோதும், அவர்களுக்கு இதுகுறித்த யாதொரு அக்கறையும் இல்லை.

மாறாக எல்லோரும் கூடி மாரியம்மன் கோவிலுக்கு கும்பாபிசேகம் செய்வதற்காக பல லட்சம் திரட்டி வைத்திருக்கிறார்கள். இன்னும் ஒரு வாரத்தில் கும்பாபிசேகமும் நடத்தப் போகிறார்கள்.

“டெங்கு காய்ச்சல் பலரைப் பலி வாங்கியிருக்கும் சூழலில் அதனைப் பற்றி யாதொரு முன்னெச்சரிக்கையும் இல்லாமல் டெங்குவிற்குக் காரணமாய் இருக்கும் சாக்கடையை அகற்றுவது பற்றியும் முயலாமல் கோவில் கும்பாபிசேகத்திற்கு லட்சக்கணக்கில் பணம் திரட்டி செலவு செய்துகொண்டிருக்கும் நமது மண்ணின் மக்களை நினைத்தால் வேதனையாய் இருக்கிறது”— என்று ஃபோன் மூலம் என்னிடம் வெகு நேரம் புலம்பினார் அந்த நண்பர்.

இன்னும் ரெண்டு நாட்களில் தினகரன் ஆஸ்திரேலியா போய்ச் சேர்ந்துவிடுவார்.

அதுவரை நான் இந்தப் புலம்பலைக் கேட்டாக வேண்டும்.

8 November 2014

நேருமாமாக்கு ரோஜா பிடிக்கும் ரோஜா பிடிக்கும் என்று மூச்சுக்கு முன்னூறு தடவை நமக்குச் சொல்லிக் கொடுத்த கல்வித்திட்டமும், மீடியாவும் ஒரு தடவையாவது நேருமாமாக்கு மதம் பிடிக்காது என்று சொல்லிக் கொடுத்திருக்கிறதா?

மத புரோக்கர்கள் ஒருபோதும் விழிப்புணர்வுக்கு வழிவிட மாட்டார்கள்.

●

6 April 2016 எது நியாயம்?

தலித் அமைப்புக்கள் இருப்பது நியாயம் என்று சொல்லும்போது, பிராமணர் சங்கம் இருப்பதும் நியாயம்தானே... சம உரிமை என்றால் இருவருக்கும் சம உரிமை கொடுப்பதுதனே சரி — என்ற கேள்வியை பரவலாக எழுப்புகிறார்கள்.

தலித் அமைப்புக்கள் அமைப்பது உரிமைக்கான போராட்டம். பிராமணர் அமைப்பு வைப்பது ஆதிக்க வெறியின் வெளிப்பாடு எனவே முந்தையது மட்டும் நியாயம். பிந்தையது ஒரு குற்றச் செயல்.

ஒரு முறை ஆண்டிபட்டியில் தலித் அல்லாதோர் கூட்டமைப்பு என்று தொடங்கியதாக விளம்பரம் பார்த்தேன்.

இதுவும் ஒரு குற்றச்செயல்.

தலித் கூட்டமைப்பு — அமைக்கலாம். தாழ்த்தப்பட்டோரின் உரிமைக்கான கூட்டு முயற்சியாகவே அது அமையும்.

அதுபோல பார்ப்பனரல்லாதோர் கூட்டமைப்பு — அமைக்கலாம். அது பார்ப்பனர்களின் ஆதிக்கத்தை ஒழிக்கும் உரிமைக்கான கூட்டு முயற்சியாகவே அது அமையும்.

ஆனால் பிராமணர் சங்கம் அமைப்பது என்பது “பிராமணர்” என்று ஆதிக்க சாதியினரின் அடையாளத்தை உறுதிப்படுத்துவதோடு, அதன் மேலாதிக்கத்தையும் உறுதிப்படுத்தும் முயற்சியாக குற்றச்செயலாக மட்டுமே கணக்கில் வைக்க முடியும்.

அடுத்ததாக...

நீங்கள் குறிப்பிடுவதுபோல வன்னியர் அமைப்பு, கவுண்டர் அமைப்பு, தேவர் அமைப்பு என்பவை ஒடுக்குபவருக்கு எதிரே தத்தம் உரிமைக்காக திரண்டால் அது உரிமைப் போராட்டமாகும். (சமூக, பொருளாதார நிலையில் மிகவும் பின்தங்கிய வன்னியர் சாதியினருக்கு கூட்டுப் போராட்டத்தின் மூலம் எம்பிசி அங்கீகாரம் வாங்கியதை இங்கு உதாரணமாய் சுட்டலாம்), ஆனால் அதே சமயம் இந்த அமைப்புகள், ஒடுக்கப்படுபவருக்கு எதிரான மேலாதிக்கத்தை இலக்காய்கொண்டால் அது குற்றச்செயலாகவும் அமையும்.

எனவே பிராமண சங்கம், தலித் அல்லாதோர் சங்கம் — என்பவை அதன் உருவாக்கத்திலேயே குற்றத்தன்மைகொண்டவை.

இவை இரண்டும் தவிர்த்து ஏனைய சாதி அமைப்புகள் அதன் செயல்பாட்டுத்தன்மைக்கு ஏற்ப ஒருவேளை உரிமை கோரும் அமைப்பாகவும், அல்லது ஆதிக்க வெறி அமைப்பாகவும் அமைந்திருக்கின்றன... எனவே இந்த பிற்படுத்தப்பட்டோர் அமைப்புக்களின் குணம் நாடி, குற்றமும் நாடி மிகை நாடி மிக்க கொள்வது அவசியமாகிறது.

20 March 2016

வரலாற்றில் இருந்து தமிழன் பாடம் கற்று கொள்ள வேண்டும்:

ஆங்கிலேயரிடமிருந்து அரசியல் விடுதலை கோரும் போராட்டம் ஒரு பக்கம் நடந்த காலத்திலேயே, ஆதிக்க சாதியினரிடம் இருந்து விடுதலை கோரி இந்த தேசத்து எளியவர்களும் போராடிக்கொண்டிருந்தார்கள்.

“தேச விடுதலை முக்கியமா? சமூக விடுதலை முக்கியமா?” — என்ற கேள்வி முன் வைக்கப்பட்டபோது அம்பேத்கர் பெரியார் போன்றவர்கள் சமூக விடுதலையே முக்கியம் என்று முழங்கினார்கள்.

ஆனால் காந்தி, நேரு போன்றவர்கள் சமூக விடுதலையைப் புறந்தள்ளி, தேச விடுதலையை முன்னுக்கு வைத்தார்கள். ஆக, சமத்துவம் இல்லாத அடிமை சனங்கள் இருக்கும் தேசத்திற்கு அரசியல் சுதந்திரம் வழங்கப்பட்டது.

“ஆயிரம் உண்டிங்கு சாதி — இதில் அந்நியர் வந்து புகலென்ன நீதி?” — என்ற பாரதியின் வரிகள் எப்படி தேச பக்தி என்பது ஒரு போதையாக மனித நேயத்தைப் புறந்தள்ளி கட்டமைக்கப்பட்டது என்பதை எளிதாக புரிய வைக்கிறது.

சமூக நீதிக்கான அத்தனை சட்டங்களும் ஆதிக்க சாதியினரின் கோணத்தில் அரை வேக்காட்டுத்தனமாய்கொண்டு வரப்பட்டன. உதாரணமாய் அரசியல் சட்டத்தின் அடிப்படை உரிமைகளுக்கு எதிரான சாதியை தேச குற்றம் என்று அறிவிக்காமல் “தீண்டாமை ஒரு குற்றச் செயல்” — என்றார்கள்.

பள்ளன், பறையன்— என்பது குற்றச்செயல் எனறு சட்டமியற்றி பிராஹ்மனன் என்று அழைப்பது குற்றச் செயலாய் சேர்க்காமல் விட்ட கோமாளிக் கூத்தினையும் செய்தார்கள்.

சம உரிமை வேண்டும் என்றால் ஒடுக்கப்பட்டவர்களின் பெயர் சொல்வதை நிறுத்திவிட்டு ஆதிக்க சாதியினரின் அடையாளங்களைப் புனிதப் படுத்துவதால் எப்படி சாத்தியமாகும்?

மொத்தத்தில் ஆங்கிலேயரிடமிருந்து பெற்ற தேசவிடுதலை என்பது எளியவர்களுக்கான விடுதலையாக அமையாமல் ஆதிக்க சாதியினர் தன் மேலாதிக்கத்தைத் தொடரும் வசதியாகவே அமைந்துவிட்டது.

சமத்துவம், சம நீதியை உறுதிப்படுத்தாமல் இந்தியன் என்ற அடிப்படையில் உருவாகியதால் மட்டும் ஒரு தேசம் எளியவர்களுக்கான உரிமையை உறுதிப்படுத்திவிட முடியாது என்பதற்கு சம கால வாழ்வு உதாரணமாய் இருக்கிறது.

அதுபோலவே சமத்துவம், சம நீதியை உறுதிப்படுத்தாமல் ஒரு மதத்தால் மட்டுமே நல்ல நிர்வாகம் அமைத்திட முடியாது என்பதை பாகிஸ்தானிடம் இருந்து போராடிப் பிரிந்த பங்களாதேஷ் தெரிவிக்கிறது

அதுபோலவே ஒரு மொழியால் மட்டுமே நல்ல நிர்வாகம் அமைத்திட முடியாது என்பதை ஆந்திராவிடம் இருந்து போராடிப் பிரிந்த தெலுங்கானா மாநிலம் நிரூபிக்கிறது.

வரலாற்றில் இருந்து தமிழன் பாடம் கற்றுக் கொள்ள வேண்டும்

●

18 September 2015 எங்க வீட்டு நாய்

பூமதி என்.கருணாநிதி

எங்க வீட்டு நாய் ரொம்ப அறிவாக இருக்கிறது! கொஞ்சம் முன்னமே பயிற்சி கொடுத்திருந்தால் நன்றாக இருந்திருக்கும்! நாய்கள் வளர்த்து பழக்கமில்லை!

Ilangovan Balakrishnan ரொம்ப எல்லாம் ட்ரைய்னிங் குடுக்காதீங்க. டாய்லட்ரி ஹேபிட்ஸ், ஃபுட் ஹேபிட்ஸ், கொஞ்சம் ஹைஜினிக் ஹேபிட்ஸ் மாதிரியான அடிப்படைத் தேவைகளுக்கு மட்டும் பழக்குங்க.

அதை மீறி சர்க்கஸ் விலங்குமாதிரி அதை வருத்திப் பழக்குவது எப்பிடி சரியா இருக்க முடியும்... அதுங்க வாழ்க்கையை அதுங்க வாழட்டுமே...

ரொம்ப மிரட்டி பயப்பட வச்சோ, சின்ன சின்ன வேலைகளைச் செய்ய வச்சோ என்ன பிரயோஜனம்? நண்பர்களிடம் காட்டி

பெருமையடிக்கலாமே ஒழிய அது நியாயமாய் இருக்குமா சொல்லுங்க...

ஒரு நாயை நாய் மாதிரி வளத்தாபோதும்... மனுசன் மாதிரி என்னத்துக்குங்க வளக்கனும்?

என் நாயெல்லாம் என்னை மாதிரி... சொன்ன பேச்சு எதுவும் கேக்காது... அது இஷ்டத்துக்குத்தான் திரியும்....:)

7 May 2016

மனிதன் ஒரு சமுதாய விலங்கு (Man is a social animal).

ஆனால், சமூகப் பொறுப்புணர்வோ, சக மனிதன்மீது அக்கறையோ, அடுத்தவர் கோணத்தில் இருந்து பார்க்கும் பார்வையோ (sense of empathy) துளியும் தெரியாத சுயநலப்பிண்டங்களை மட்டுமே உருவாக்கத் தெரிந்த கல்வித்திட்டம்தான் இன்று நம்மிடம் இருக்கிறது.

இதில் நல்ல ஸ்டேண்டர்ட் உள்ள பள்ளி, பாடத்திட்டம் என்று பெற்றோர்கள் பீத்திக் கொள்கிறார்கள் என்றால் அது கூடுதல் சுய நலப் பிசாசுகளை உருவாக்கத் திறமைகொண்ட கல்விக்கூடம் என்றே பொருள்படுகிறது.

இந்தப் பெற்றோர்களுக்கு மகன்/மகள் டாக்டராகவேண்டும், எஞ்சீனியராக வேண்டும், கலெக்டராக வேண்டும். அவ்வளவுதான்.

கேட்டால் செக்யூர்ட் ஜாப் வேணுமாம். ரிஸ்க் எதுவும் எடுத்துடக்கூடாதாம்.

உங்களில் யாராவது என் மகன் எம் எல் ஏ ஆக வேண்டும், பஞ்சாயத்து கவுன்சிலர் ஆக வேண்டும் என்று சொல்லி பிள்ளை வளர்க்கிறீர்களா? உங்கள் கல்விக்கூடம்தான் அப்படி யாரையேனும் வளர்க்கிறதா?

உன் வீட்டுப் பிள்ளை எவனும் நாட்டை ஆள வரப் போவதில்லை என்றால் பின்னே ஆள வருபவர்களை குறை சொல்லும் தகுதி என்ன இருக்கிறது உங்களுக்கு?

சரி. சமூகப் பொறுப்புதான் இல்லை. படிக்கும் சங்கதியில் பாண்டித்தியம் பெற்று உருப்படியாய் எவனும் எதாவது கண்டு பிடிக்கிறானா? அதுவும் இல்லை. சுய சிந்தனை இல்லாத மனப்பாட பொம்மைகள் மட்டுமே இந்த கல்வித்திட்டத்தால் உருவாக்கப்படுகின்றன.

இவர்களின் செக்க்யூர்ட் ஜாப்பின் இலட்சியத்தின் படி வாழும் காலத்திற்கு தின்று அடுத்த தலைமுறையை உருவாக்கி சாவதற்கு மட்டுமே சம்பாதிக்கப் பொருத்தமானதாக இந்தக் கல்வித்திட்டம் அமைந்து போய் இருக்கிறது.

நாமக்கல் கோழிப் பண்ணைக் கல்விக்கூடங்களும், எம் என் சி— ஐடி இளைஞர்களும்தான் இந்த விசித்திர கல்விமுறையின் பெருமை மிக்க அடையாளங்கள்.

தன் காலத்திற்கு தின்று சாவதும், தின்று சாவதற்கு மட்டுமேயான அடுத்த தலைமுறையினை உருவாக்குவதையும் தாண்டி வாழ்வதற்கும், வாழ்விப்பதற்கும் இவ்வுலகில் நிறைய சங்கதிகள் இருப்பதை— கல்வித்திட்டத்தில் சொல்லப்படாத பேருண்மைகளை யார் இவர்களுக்கு சொல்லிக் கொடுப்பார்கள்?

படிப்புக்கும் அறிவுக்கும் ஒருபோதும் சம்பந்தம் இருப்பதில்லை.

26 November 2014

ஒருவருக்கு அளிக்கும் மரியாதை என்பது இன்னொருவரை மரியாதைக் குறைவாய் நடத்துவதால் வந்துவிடுவதில்லை. இங்கிருக்கும் நீயும் நீங்களும் அப்படியாப்பட்ட வகையினமே.

தனி மனித உரிமைக்கு— மரியாதைக்கு ஐரோப்பிய நாடுகள் கொடுக்கும் அங்கீகாரத்தில் பாதிகூட நம் தேசம் கொடுப்பதில்லை.

ஆங்கிலத்தில் யூ என்ற ஒற்றைச் சொல்லாலும், பெயர் சொல்லி அழைப்பதாலும் ஒருபோதும் மரியாதையை யாரும் இழந்ததில்லை.

ஆனால் இங்கு குறிப்பிட்ட பிரிவினரை பெயர் சொல்லி அழைக்காமலும், சார், மேடம் என்று நீட்டி முழக்குவதாலும் இன்னொரு சாரரை மரியாதைக் குறைவாய் சிந்திக்கவும், நடத்தவும் உரிமை பெற்றவர்களாகி விடுகிறோம்.

ஆக, நாம் விரும்பினாலும், விரும்பாவிட்டாலும் நம்மிடம் இருக்கும் "நீ"யும் "நீங்கள்"—உம் அடிமைத்தனத்தின் எச்சங்களே.:)

இதுதான் தமிழ்ப்பண்பாடு, கலாச்சாரம் என்று களமாடப் போகும் போராளிகளுக்கு ஒரு நினைவூட்டல்... சங்க இலக்கியத்தில் "நீங்கள்"— கிடையாது.ஆங்கிலத்தில் you மட்டுமே உண்டு. அதுவே மரியாதைக்கானதாகவும் அமையும்.

தமிழில் நீ, நீங்கள் என இரண்டாய் அமைந்திருப்பது ஏற்றத் தாழ்வினை ஏற்படுத்தும் தன்மையில் இருக்கிறது.

சக மனுசன்/மனுசி எல்லாருக்கும் மரியாதை உணர்வைக் காட்டவேண்டியதுதானே... அதில் என்ன வயசுக்கு, பணத்துக்கு, பதவிக்கு என்று தனி மரியாதை.

என்னிடம் கேட்டால் "நீ "என்பது மட்டும் தமிழுக்குப்போதும் என்றுதான் சொல்வேன் (யார் கேட்கப்போறா என்பது வேறு விசியம்:)

அதுபோல பெயர் சொல்லி அழைக்காமல் சார், மேடம், அண்ணா, ஆச்சி, அப்பத்தா என்பதெல்லாம் அவசியமில்லாத வெட்டி.

பெயரைச் சொல்லி அழைப்பது இயல்பும், இருவருக்கும் பெருமையுமான விசியம்தான்...

அதுபோல தோழமையை விடவும் உயர்வான உறவு இவ்வுலகில் வேறு கிடையாது என்பதே என் கருத்து.

28 August 2016

ரொம்ப பவர்ஃபுல்லா வாழ்ந்தவங்கள கவனிச்சிருக்கேன்.

தான் மட்டும் இல்லாமல் போனால் சுற்றி ஓர் அணுவும் அசையாது என்ற அபார நம்பிக்கையுடன் வாழ்ந்த ஜீவன்கள் அவர்கள்... எனக்கும்கூட அவர்களின் பிரம்மாண்டம் அவர்களை அப்படித்தான் உணர வைத்தது.

திடீரென்று ஒரு நாள் அவர்கள் செத்ததும் அதிர்ந்து போய் கவனித்தேன்...

ஆனால் அவர்கள் நினைத்தது போல் உலகில் அப்படி ஒன்றும் பாதிப்பு இல்லை.

மூன்று நாள் அழுது மூக்குச் சிந்திவிட்டு நாளாம் நாள் எல்லோரும் சகஜப்பட்டார்கள்.

அதே சுப்ரபாதம் கேட்டு, அதே வாழ்க— ஒழிக கோசம் போட்டு, அதே ஸ்டாக் மார்க்கெட் பார்த்து, கிரிக்கெட் ஸ்கோர் கேட்டு, சீரியலுக்கு கசிந்து, கட் அவுட்டுக்கு பால் ஊத்தி, டாஸ்மாக் போதை தரும் இன்பத்தில் உலகம் அதன் பின்னும் ஏக உயிர்ப்பாகத்தான் இயங்கிக்கொண்டிருந்தது... கொண்டிருக்கிறது.

அப்படித்தான் இங்கு லாக் அவுட்டும், டீ ஆக்டிவேசனும்.

எத்தனை நாள் கழித்து நாம் வந்தாலும் — வராவிட்டாலும் இங்கு இயல்பாகத்தான் இதன் இயக்கம் இருக்கும்.

ஆக, நம்ம பொழப்பைப் பார்க்கனும்னா அதுக்கு நாமதான் சூதானமா இருந்துக்கனும்...

புரிஞ்சுதா... ?

கௌம்புவமா ?

●

1 February 2016 நேசம்

நம் கொள்ளுத்தாத்தாவின்மீதும், கொள்ளுப்பேரனின்மீதும் நாம் வைக்கும் நேசமோ அல்லது அவர்கள் நம்மீது வைக்கும் நேசமோ நமது 100 வருட வாழ்க்கைக்கு எந்த பலனோ — அவர்களின் நூறு வருட வாழ்க்கைக்கு எந்த பலனோ கொடுப்பதில்லை.

ஆனால் வாழும் நாளில் நாம் சக மனிதர்களின்மீது வைக்கும் நேசமும், சம காலகட்டத்தில் வாழும் சக மனிதர்கள் நம்மீது வைக்கும் நேசமுமே நம் வாழ்வை — சக மனிதர்களின் வாழ்வை அர்த்தப்படுத்தும் ஒரே சங்கதியாய் அமைந்திருக்கின்றன.

●

4 December 2015 கார்ப்பரேட் சோஸியல் ரெஸ்பான்சிபிலிடி

சென்னை தொழில்— வணிக நிறுவனங்களின் கவனத்திற்கு:

“கார்ப்பரேட் சோஸியல் ரெஸ்பான்சிபிலிடி” — என்றொரு விசயம். இதன்படி மேற்கத்திய தொழில்— வணிக நிறுவனங்கள் தனது வருமானத்தில் கணிசமான ஒரு பங்கினை பொதுச் சேவைக்காக செலவு செய்கிறார்கள். “சும்மா விளம்பரத்துக்காக செய்கிறார்கள். இதுவும் ஒரு வியாபார யுத்திதான்”— என்றெல்லாம் இதன்மீது விமர்சனம் ஒருபுறம் இருந்தாலும் நடைமுறையில் எளிய மக்கள் பலரும் இதனால் பயனடைந்து வருவது கண்கூடு.

சொத்துமீதும் சரி; வாரிசுமீதும் சரி மேற்கத்திய தொழில் அதிபர்களுக்கு இருக்கும் பிணைப்பு என்பது ஆரோக்கியமான தன்மையில் அமைந்திருக்கிறது. சொத்து குவிப்பதும், வாரிசுகளுக்கு அச்சொத்தைக் கொடுப்பதும் அவர்களுக்கு ஒரு மன நோயாக அமைந்திருக்கவில்லை. சொத்தை வாரிசுகளுக்குக் கொடுக்கும் காரியம் சொத்து, வாரிசு இரண்டையும் கெடுக்கும் காரியம் என்பதை நன்றாக புரிந்து வைத்திருக்கிறார்கள் இவர்கள்.

இந்த வரிசையில் வாரன் பஃபெட், பில் கேட்ஸ் போன்றவர்கள் தன் உழைப்பினால் சேர்த்த பணத்தின் பெரும்பகுதியை தனது வாரிசுகளுக்குக் கொடுக்கப்போவதில்லை என்று அறிவித்து, மக்களின் பொதுச் சேவைக்கே செலவு செய்து வருகிறார்கள். இவர்களைப் பின்பற்றி இன்னும் பல பில்லியனர்கள் சொத்துக்கோ, வாரிசுக்கோ அடிமையாகாமல் தனது உழைப்பால் விளைந்த பணத்தை பொதுக்காரியத்திற்கே செலவிட உறுதிகொண்டிருக்கிறார்கள்.

ஆனால், நம் நாட்டு தொழில்— வணிக நிறுவனங்களுக்கு அப்படியொரு பராபரோக வழக்கம் இல்லை.

சொத்தின்மீதும், அச்சொத்து தன் வாரிசுக்கு மட்டுமே போய்ச் சேரவேண்டும் என்ற எண்ணத்தின்மீதும் இவர்கள்கொண்டிருக்கும் நம்பிக்கை அபரிமிதமாய் இருக்கிறது. சொத்து, வாரிசு இவை இரண்டின்மீது இவர்களுக்கு இருக்கும் அளவுக்கும் அதிகமான ஈடுபாட்டை இவர்களுக்கான மன நோய் என்றுகூட குறிப்பிடலாம்.

இவர்கள் தன் லாபத்தில் ஒருபங்கினை எப்போதேனும் ஒருவேளை வெளியில் கொடுக்கிறார்கள் என்றால் அது திருப்பதி— பழனி— சபரிமலை உண்டியல்களாக அமைந்துபோகிறதே ஒழிய எளிய மக்களுக்கான சேவையாக— அடிப்படை உதவியாக அமைந்திருக்கவில்லை.

சென்னையில் பல்வேறு மாடிகள் கட்டி நகைகளையும், பட்டுப் புடவை ரெடிமேட் ஆடைகளையும், இன்னும் பலப்பலவற்றையும் விற்று காசு குவித்து வரும் வணிக நிறுவனங்களும்— தொழில் நிறுவனங்களும் இந்த வெள்ளப் பேரழிவின்போதுகூட தான் மட்டும் பாதுகாப்பாய் இருக்க வேண்டும் என்றுதான் நினைக்கிறார்கள். தெருவோரகடை வியாபாரிகள் பாதிக்கப்பட்டவர்களுக்கு தன்னாலானதை உதவும் அளவில்கூட இந்த வலியவர்கள் இன்று வரை பாதிக்கப்படுபவர்களுக்கு உதவ முன்வரவில்லை.

இந்த மனப்போக்கிற்குக் காரணம், மேற்கத்தியர்போல பொதுச் சேவை என்பது இவர்களுக்கு ஒருபோதும் பழக்கத்தில் இல்லாததே ஆகும். இவர்களைப் பொருத்தவரை வியாபாரம்—

தொழில் என்றால் அதில் லாபம் மட்டுமே ஒழிய "பொதுச் சேவை" — என்றால் அது இவர்களுக்கு தொடர்பே இல்லாத — யாரேனும் தெரசா போன்றவர்கள் செய்தாக வேண்டிய காரியம். அவ்வளவுதான்.

பழக்கத்தின் காரணமாய், மூளைச் சலவையின் காரணமாய் நிகழ்ந்திருக்கும் இந்த குறுகல் புத்தியிலிருந்து இவர்கள் கொஞ்சம் விடுபட்டு யதார்த்தம் உணர வேண்டும். சக மனிதர்களை கருணையுடன் பார்க்கத் தொடங்கினால், அது இரு தரப்பினருக்கும் நலம் தருவதாக — குறிப்பாய் இந்த இக்கட்டான காலகட்டத்தில் இரு தரப்பினருக்கும் பெரும் மகிழ்வு தருவதாக அமைந்திட வாய்ப்பிருக்கிறது.

●

23 August 2016 காரணம் கேட்காதீர்கள்

உங்கள் நட்பைத் தவிர்க்கும் நண்பர்களிடம், உறவை முறிக்கும் உறவுகளிடம், காதலை மறுக்கும் நேசத்திடம் காரணம் கேட்காதீர்கள்.

ஏனென்றால் இந்த மறுதலிப்புகளுக்கு காரணம் இருந்தே ஆகவேண்டும் என்று அவசியம் இல்லை.

ஒருவேளை காரணம் என்று இருந்தாலும் — அது பொருளோடு இருந்தாலும், இல்லாவிட்டாலும் அதைச் சொல்லாமலே...

நீங்கள் இல்லாத ஒரு பாதையில் அவர்கள் பயணிக்க அவர்களுக்கு உரிமை இருக்கிறது.

நடைமுறை வாழ்வில் இருக்கும் இதே தம்ப் ரூல் இணைய வாழ்வில் நேரும் அன்ஃபிரண்ட், பிளாக்குகளுக்கும் பிசிறில்லாமல் பொருந்தும்.

25.11.2016

Mohan Sundaram:

பெண்ணடிமையை எதிர்த்து போராடிய ஒரு பெண் பெயரும் நினைவுக்கு வருவதில்லை...

அப்படி யாருமே இல்லையா??

பெரியார் மட்டும்தான் நினைவுக்கு வருகிறார்...

வரலாறு பிழையா?? நம்போல ஆண்களின் சதியா??

நான் கொழுத்தி போட்டது வேகுமா... இல்ல அரைவேக்காடா...

Ilangovan Balakrishnan

பெண் விடுதலைக்கு பெண்கள் யாரும் போராடியதில்லையா ?

என்ற கேள்விக்கு சட்டென்று "இல்லை "— என்று ஆராயாமல் பதில் சொல்லக்கூடாது.

உலக அளவில் அடக்குமுறைக்கு ஆளாவோர் அனைவரும் வாய்ப்புக் கிடைக்கும் போதெல்லாம் அதை எதிர்த்துப் போராடிக்கொண்டிருதான் இருக்கிறார்கள்.

பெண்களும் விதி விலக்கு அல்ல.

உலக அளவிலும், இந்திய அளவிலும் பெண்ணடிமைத் தனத்தை எதிர்த்துப் போராடிய — போராடிக்கொண்டிருக்கிற பெண்கள் இருக்கத்தான் செய்கிறார்கள்.

அவர்களை பாப்புலர் மீடியா காலம் காலமாய் எந்த அளவிற்கு கவனப்படுத்தியிருக்கிறது என்பதன் அடிப்படையில் அவர்களைப் பற்றிய விழிப்புணர்வு நமக்கு இருக்கிறது.

பெரியார் — பாரதியார் போன்ற ஆண்களின் பெண்ணுரிமைப் போராட்டம் காத்திரமானது என்றபோதும் சமூகச் சங்கதிகளை முன்னெடுக்க ஒரு ஆணுக்கு இருக்கும் குடும்ப — சமூக ஒத்துழைப்பு ஒரு பெண்ணுக்கு இருக்கிறதா என்பதை யோசிக்க வேண்டும்.

பெரியாருக்கு அண்ணாதுரை போல், பாரதியாருக்கு பாரதிதாசன்போல வரலாறில் பதிய வைப்பதற்காக தூக்கிப் பிடிப்பவரும் தேவையாக இருக்கிறது.

அதோடு இவர்கள் இருவருக்கும் கிடைத்த மீடியா பலம் வரலாற்றில் ஏனைய பெண்களுக்கு கிடைத்ததா — இன்றும் கிடைக்கிறதா என்ற அடிப்படைக் கேள்வியும் இவர்களை எல்லாம் நாம் அறியாமல் இருப்பதன் முக்கிய முக்கியமானதாகும்.

(நீங்க கொளுத்திப் போட்டது தனி ஸ்டேடஸ் அளவுக்கு வேக ஆரம்பிச்சிடுச்சு மோகன் ;))

6 November 2015

கலை அரசன்

கோபப்படவேண்டிய இடத்தில் நாம் கோபப்படவில்லை என்றால் ஏறிமிதித்துவிட்டு சென்றுவிடுகிறார்கள் தோழர்.

Ilangovan Balakrishnan:

உணர்வில் தொடங்கி சிந்தனையில் புடமிட்டு நிதானமாய் வெளிப்படும் அறச்சீற்றம் ஒரு வகை.

அறிவுக்குத் தொடர்பில்லாத உணர்வினால் மட்டுமே அவசரமாய் உந்தி வெளித்தள்ளப்படும் கோபம் இன்னொரு வகை. இவை இரண்டுக்கும் இடையே நிறைய வேறுபாடு உண்டு.

இரண்டிற்கான அடிப்படையும் வேறு— வெளிப்படும் தன்மையும் வேறு — நிகழ்த்தும் தாக்கமும் வேறு.

இந்த இரண்டையும் ஒற்றைச் சொல்லான "கோபம்" — என்பதன் மூலம் மட்டுமே அடையாளம் காணப் பழகியிருந்தால் அது சொற்பிழையோடு, பொருட்பிழையும்.

10 November 2013

சிறைத்தண்டனை பற்றி யோசித்திருக்கிறோமா?

நம் நாட்டில் தவறு செய்பவரை காவல்துறையினர் பிடித்துக்கொண்டு போய் நீதி மன்றத்தில் ஒப்படைக்கிறார்கள். கனத்த புத்தகங்களைக்கொண்டு நிறைய நாட்களாய் விவாதித்துவிட்டு குற்றம் நிரூபிக்கப் பட்டவருக்கு ஏதேதோ காலத்திற்கு சிறைத்தண்டனை தருகிறார்கள்.

சிறையில் தள்ளப்பட்ட குற்றவாளிக்கு வழங்கப்படும் தண்டனைமுறை எப்படியாப்பட்டது என்று என்றாவது யோசித்திருக்கிறோமா?

தண்டனை என்பது குற்றம் செய்தவனைத் திருத்தி நல்வழிப்படுத்துவதற்கும், ஏனையோரை குற்றம் செய்து விடாவண்ணம் பயப்படுத்துவதற்குமாய் அமைந்திருக்க வேண்டும்.

தற்போதைய — மீள் ஆய்வே செய்யப்படாத தண்டனை முறை இதில் எதையாவது பூர்த்தி செய்யும் வண்ணம் அமைந்திருக்கிறதா?

எனக்குத் தெரிந்த சமீபத்திய சம்பவம் ஒன்று. குடிகாரன் ஒருவன் தினமும் குடித்துவிட்டு வந்து மனைவியையும், இரு குழந்தைகளையும் அடித்துக்கொண்டிருந்தான். கொடுமை பொறுக்க முடியாத மனைவி ஒரு நாள் உருட்டுக்கட்டையால் அந்தக் குடிகாரனை ஓங்கி அடித்துவிட்டாள். இருந்த இடத்திலேயே பிணமாய் சரிந்தான் குடிகாரன். சட்டம் தன் கடமையைச் செய்தது. அதன்படி அந்தப் பெண்மணிக்கு கொலைகாரி என்ற பட்டம் சுமத்தப்பட்டது. சிறையில் தள்ளப்பட்டாள்.

இன்று இரண்டு குழந்தைகளும் நடுத்தெருவில். கேட்டால், சட்டத்துக்குத் தெரிந்தது அவ்வளவுதான் என்கிறார்கள்.

இது எந்த வகையில் நியாயம்?

தந்தையை இழந்த குழந்தைகளுக்கு தாயையும் இழக்கச் செய்வதன் பெயர்தான் சட்டமா?

அதுபோலவே குற்றவாளியால் பாதிக்கப்பட்டவருக்கு நிவாரணம் தரும் வண்ணம் சட்டங்கள் அமைந்திருக்கவில்லை என்பதையும் கவனிக்க முடிகிறது.

மட்டுமல்லாமல், குற்றவாளிகள் திருந்துவதற்கு சாதகமாகவும் தண்டனைமுறைகள் அமைந்திருக்கவில்லை.

ஆங்கிலேயர் ஆட்சிக்காலத்தில் மாற்றான் நாட்டை ஆள்வதற்கு வசதியான வகையில் உருவாக்கப்பட்ட தண்டனை முறைகள் சுய ஆட்சியின் கீழும் அப்படியே தொடர்வது பொருத்தமானதாக இல்லை.

குற்றவாளிதானே... அவன் எதிர்கொள்ளும் தண்டனைமுறை எப்படியும் இருந்துவிட்டுப் போகட்டும் என மேட்டிமைத் தனத்துடன் இதனை அணுகுவது மனித நேயமல்ல.

தண்டனைமுறைகள் மனித குலத்துக்கு ஆக்கபூர்வமானதாய் அமைந்திருக்கும் வண்ணம் மீள் ஆய்வு செய்ய வேண்டியது காலத்தின் கட்டாயமாகும்.

(ஒரு உதாரணம்: பிரேசில் நாட்டில் சிறைக்குற்றவாளிகள் தனது சிறைத்தண்டனைக் காலகட்டத்தைக் குறைக்க விரும்பினால் ஒரு வழி இருக்கிறது. மின் சக்தி உருவாக்குவதற்கான உடல் உழைப்பினை சிறையில் இருந்த படியே இக்கைதிகள் செய்து கொடுக்கலாம். இதனால் உடற்பயிற்சி செய்ததாகவும் ஆகும். பக்கத்து நகர் பொதுமக்களுக்கு தேவையான மின் உற்பத்தியும் கிடைக்கும்.)

●

19 January 2016 பொருளாதார பார்வை

ஒருவனின் பொருளாதார உயர்வினை வைத்துத்தான் அவன் வாழ்வின் வெற்றி கணிக்கப்படுகிற்து என்றால் அது கணிப்பவர்களின் மன நோய் — சமூகத்தின் மன நோய்.

இந்த சமூக மன நோய்க்கு தனிமனிதன் பலியாகியே ஆகவேண்டும் என்றில்லை.

உலகின் ஆகச்சிறந்த உணர்வுகள்— அனுபவங்கள் — பண்புகள் எல்லாம் பணத்தால் வாங்க முடியாத சங்கதிகளே.

அப்படியிருக்கையில் தனிமனிதன் எதற்காக தனக்கான வாழ்க்கையை வாழாமல் கடிவாளம் போட்ட குதிரையாய் ஒவ்வொரு நிமிடமும் பணத்தை நோக்கியே ஓடிக்கொண்டிருக்கவேண்டும்?

சமூகத்தின் மூளைச்சலவையைப் புறந்தள்ளி தனக்கோ — வாரிசுக்கோ சொத்து குவிக்கும் விசவளையத்திற்குள் சிக்காமல் வாழ்வின் விழுமியங்களை உணர்ந்து வாழ்வானேயானால் மண்ணில் நல்ல வண்ணம் வாழலாம்.

கலந்துரையாடல்:

பத்மஸ்ரீ விஜயகுமார் வாழ்கையின் வெற்றி தோல்விக்கான குறியீடாக பணத்தை அளவீடாக சமூகம் வைத்திருப்பது வேதனையே.

Manitham Mattun ஒரு பொது உடமை சமுதாயம் மட்ட்டுமே இக்கேள்விக்கான தீர்வை முழுமையாக சொல்லமுடியும்... ஏனென்றால்.நிலவி வரும் சமுதாய அமைப்பில் சுய தேவைகளோடு கூடுதலாக குடும்பம் என்னும் சுமையை முதுகில் ஏற்றிக்கொண்டு,தான் விரும்பிய திசையில் நடப்பது சுமையோடு மலையேறுவதற்கு சமமாக இருக்க இருக்கிறது.

ரவிகுமார் கோ வெற்றி தோல்விக்கல்ல வாழ்வதற்கே பணம் தேவையாய் இருக்கிறதே தமிழகத்தின் Percapita பார்த்தால் எத்தனை பேர் 3 வேளை நல்ல சோறு சாப்பிடுவார்கள் என்ற சந்தேகம் வரும்.

Antony Roseline வாழ்வின் விழுமியங்களை உணர்ந்து வாழ்வானேயானால் வாழ்க்கை அழகானது, ரசனை மிக்கது, இளமையானது...

பெ. கருணாகரன் பணம் வாழ்வின் சில தேவைகளை நிறைவேற்றும். ஆனால், முழுமையான சந்தோஷத்தை அதனால் தந்துவிட முடியாது. அப்படி ஒருவன் நினைப்பானேயாகின் அது ஒரு வகையான மனநோயே.

வெற்றிச் செல்வன் மா.செ. எப்படி ஒவ்வொரு மனிதனும் தனித்துவம் மிகுந்தவரோ, அதேபோல ஒவ்வொரு மனிதனின் மகிழ்ச்சி மற்றும் வெற்றியும் தனித்துவமானது. ஆனால், இங்கு மகிழ்ச்சி / வெற்றி என சொல்லபடும் பெரும்பாலனவை பணத்தை சார்ந்தே காலம்காலமாக அடையாளப்படுத்தப்பட்டு வருகிறது.

NithiyaCimone வாரிசுக்களுக்கு சொத்து சேர்ப்பதில் என்றுமே எனக்கு உடன்பாடு கிடையாது.

21 November 2016

Abdul Azeez

அண்ணா...

நான் எதுவாக ஆகனும் ஆசைபட்டனோ அதுவாகவும் நான் இல்லை...

எனக்கு எது மகிழ்ச்சி தருமோ அந்த வேலையையும் நான் இல்லை...

எது என் வாழ்கை என்பதை எனக்கு தீர்மானிப்பதில்தான் சிக்கல் உள்ளது.

Ilangovan Balakrishnan:

மனித மனம் மாறிக்கொண்டே இருக்கும். அதுதான் இயல்பு.

எல்லா காலத்திலும் "நான் எதுவாக மாற ஆசைப்படுகிறேன்?" — என்பதற்கான பதில் ஒரே மாதிரி இருக்காது.

எது மகிழ்வு, எது நிம்மதி — என்ற கேள்விக்கு பதில் ஒவ்வொரு காலகட்டத்திலும் மனிதனுக்கு மாறிக்கொண்டேதான் இருக்கும்.

இப்படியாக விரும்புகிறேன் — என்பது அவனுக்கு அன்றைய தேதியில் என்ன அறிவு, அனுபவம் இருக்கிறதோ அதன் அடிப்படையில் எடுக்கப்படும் முடிவு.

அவன் அறிவு வளரும்போது, அனுபவம் விரியும்போது, அடச்சே இதற்குத்தானா ஆசைப் பட்டாய் பாலகுமாரா? — என்று தலையில் அடித்துக் கொள்வோம்.

இந்த தலையடிப்புகள் ஒரு முறை அல்ல நம் பரிணாம வளர்ச்சிக்கேற்ப ஒவ்வொரு படி நிலையிலும் நிகழும்.

அதுதான் இயல்பாய் ஒரு மனிதனின் வளர்ச்சிக்கான குறியீடும் ஆகும்.

எனவே ஏதேனும் காரணங்களால் நாம் ஒரு காலத்தில் எதிர்பார்த்த வாழ்க்கை இன்றைக்கு அமையவில்லை என்றால் அது மாபெரும் இழப்பு ஒன்றும் இல்லை. பெரிதாய் வருத்தப்படவும் அதில் ஒன்றும் இல்லை.

இதையெல்லாம் சொல்லி எதையும் செய்யாமல் வாளாவிரு என்று வேதாந்தம் போதிக்கவில்லை

இப்போதைக்கு உனக்கு மகிழ்வும், நிம்மதியும் தரும் காரியம் எது என்பதை தீர்மானித்து அதை நோக்கிப் பயணப்படுவதுபோதுமானதும் முழுமையானதும் ஆகும்.

Abdul Azeez:

அருமை அண்ணா.

விளங்கிகொண்டேன்.

Ilangovan Balakrishnan: ♥